Tuyển Tập Thơ

Vàng Lá Thu Xanh

2020

VÀNG LÁ THU XANH
2020

Tuyển Tập Thơ
14 Tác Giả

Cao Nguyên 3
Hạt Cát 27
Huỳnh Công Ánh 49
Lan Cao 73
Như Phong 95
Nguyễn Đức Nhơn 119
Phạm Tương Như 143
Phan Xuân Sinh 167
Quan Dương 189
Songthy 213
Thu Nga 235
Trần Trung Đạo 251
Túy Hà 271
Yên Sơn 297

Vàng Lá Thu Xanh 2020

ISBN: ...

Chủ Trương & Phát Hành
Văn Bút Việt Nam Tự Do
Trình bày bìa: *Ng. Hà*
Biên tập, Trình bày và Thực hiện: *Yên Sơn*
Tranh phụ bản: *Hoạ sĩ Nguyễn Sơn, Germany*
Nhà in Nhân Ảnh – San Jose, California

Bản quyền Copyright © Văn Bút Việt Nam Tự Do, 2020
Đã đăng ký Bản quyền. Không được sao chép, phân phối, hoặc truyền tải bất kỳ phần nào của sách trong bất kỳ hình thức hoặc bằng bất cứ phương tiện nào, hoặc được lưu trữ trong cơ sở dữ liệu hoặc hệ thống truy xuất, mà không có sự cho phép trước bằng văn bản của VBVNTD.

Lời vào tập

Mưa bay trắng lá rau tần
Thuyền ai bốc khói xa dần bến mưa
Người về khép lại song thưa
Để rêu ngõ trúc tương tư lá vàng (*)

Mùa Thu là mùa của những phiến lá nâu khô, lót nền cho vàng hoa cúc nở, nghiêng cánh hứng sương đêm trong nền trời ủ dột. Gợi nhớ những hợp tan bất đắc, những chia ly không hẹn những chờ đợi dài lâu theo những nẻo đường sâu hun hút.

Cảnh quang ấy dường như chỉ có trong thi ca. Vậy thì phải chăng những thi nhân đã gối đầu hai thế kỷ, đã nhìn những lần Thu đi, đã cố giữ cho tờ lịch chậm rơi để tuổi đời đừng vào Thu hờ hững. Tức cảnh sinh tình, nhìn Thu lại nghĩ đến mình và thường ví đời người có đủ bốn mùa Xuân Hạ Thu Đông. Nhưng mấy ai đã đi trọn đường trần. Vì vậy vào Thu thường tự than, "Mới đó đời mình đã vào Thu thật rồi sao."

Và khi nghĩ đến hai chữ *"mới đó"* thì thi ca xuất hiện, như Thu vàng mà lá vẫn còn xanh.

Sức đề kháng của con người thế tục thường có giới hạn. Nhưng với người thơ sống nhờ trái tim không có tuổi thì dường như Thu vàng lá khô, gió cuốn muôn chiều, mây vẫn trôi hờ hững thì những đời chữ vẫn đồng hành với tất cả đam mê không mệt mỏi.

Từ ý tưởng đó Tuyển tập thơ "Vàng lá Thu xanh" đã quy tụ một số người viết tham gia cùng gởi gắm tâm sự riêng mà chung qua sáng tác của chính mình. Nhằm lưu dấu kỷ niệm một đoạn đời sắp và đang vào Thu mà vẫn còn trăn trở với những đời chữ lênh đênh trên dòng chảy nghiệt ngã của những nhánh sông xa muôn lối rẽ.

Vâng chính thế, qua thi ca chúng ta được biết thêm tâm tư tình cảm nhận thức của mỗi cá nhân người viết, được, mất những gì khi đang sống tha phương lưu lạc. Và quê hương có còn trong trí nhớ hay đã tàn phai theo thời gian cay nghiệt vốn chẳng chờ ai.

Có người đã viết *"cùng một lứa bên trời lận đận"* không những thế mà còn chung dòng chảy theo những đời sông xa xứ. Không có những bến bờ hò hẹn, không có những nhánh rẽ đường quê thì làm sao có, *"Thuyền ai bốc khói xa dần bến mưa"* như nhà thơ (Trần Huyền Trân đã cảm khái từ bốn câu thơ dẫn ở trên (*).

"Vàng lá thu xanh" chính là quyết tâm của những người viết không đầu hàng nghịch cảnh. Người còn, tâm còn, ý còn, tình còn bên đời chữ vẫn vui, thì cho dù tuổi đời có vào Thu vàng lá thì trái tim như lá mãi xanh tươi.

Và cho dù ở bất kỳ đất nước nào, có hoán đổi quốc tịch nào thì mùa Thu Việt Nam vẫn ngời xanh sắc lá trong rừng chữ, sông thơ, dẫu ngoài kia biển đời có luôn dậy sóng.

Trân Trọng,
Nhóm Thực Hiện

Cao Nguyên

- Cao Nguyên là bút hiệu của Võ Tiến
- Sinh năm 1945 - Phú Yên / Việt Nam
- Cựu sĩ quan Quân Lực Việt Nam Cộng Hòa
- Cựu tù nhân cộng sản Việt Nam (1975 - 1985)
- Tỵ nạn chính trị / Định cư tại Hoa Kỳ 1993.

Sinh Hoạt Văn Học:

- Hội viên Văn Bút Quốc Tế
- Hội viên Câu Lạc Bộ Văn Học Nghệ Thuật
  Vùng Hoa Thịnh Đốn
- Chủ Nhiệm Câu Lạc Bộ Hùng Sử Việt/Miền Đông Hoa Kỳ
- Tổng Thư Ký Văn Bút Việt Nam Hải Ngoại/
  Vùng Đông Bắc Hoa Kỳ (2012 -2016)
- Biên tập viên Tạp chí Nguồn

Thơ và Văn đăng trên các báo, tạp chí:

- Tuyển tập Cụm Hoa Tình Yêu

- Tạp chí Văn Học

- Tạp chí Cỏ Thơm

- Tạp chí Kỷ Nguyên Mới

- Tạp chí Nguồn

Tác Phẩm đã xuất bản:

- Di Bút Từ Mặt Trận (Bút ký (1971)

- Tuyển Tập "Bến Trăng (2005)

- Thao Thức (Tập Thơ - 2014)

- Hành Trình Nhân Ái (Tuyển tập thơ văn - 2016

- Nhà Việt Nam (Thơ Song Ngữ Việt / Anh - 2017)

- CD Thơ Về Nguồn

- CD thơ Huyền Thoại Tình

- CD thơ Biển Và Em

Một Mai

một mai về lại phương trời cũ
biết gió còn reo rủ lá mừng
chiếc bóng ngày xưa vào lữ thứ
đang đứng nhìn rừng núi rưng rưng
nếu lá rừng còn xanh như trước
bóng sẽ ôm đất nước mà hôn
cho dẫu đường trường sơn dốc ngược
cũng lên nguồn ngắm suốt quê hương

*

một mai thăm lại ân tình cũ
liệu hình xưa còn đủ đam mê
ngồi giữa đôi vòng tay nhật nguyệt
nghe lời ru tha thiết lòng quê
nếu thêm được một dòng lệ nóng
chảy vào môi sưởi ấm nụ cười
cho dẫu tim rối bời nhịp đập
cũng thỏa lòng khát vọng làm người

*

một mai còn chút lời thơ mộng
sẽ gởi quê mình di chúc thơ
thương yêu, nhân ái và hy vọng
mãi đẹp bên đời như ước mơ
nếu thêm được niềm tin thắp lửa
rọi sáng từng khung cửa phương Đông
cho dẫu lịm bên thềm đất hứa
cũng nhẹ hồn vào cõi mênh mông!

Có Như Một Tấm Lòng

Có như một tấm lòng
mới hiểu từng ngọt đắng
từ mỗi điều ước mong
trong thường hằng cuộc sống

Có như một dòng sông
mới biết điều khó nhọc
từ thoát chảy xa nguồn
đến nhập lòng biển rộng

Có như một cánh đồng
mới thương tình của đất
mỗi nắng hạn mưa ròng
đều lo mùa được mất

Có như một cội cây
mới yêu từng chiếc lá
xanh tươi rồi vàng bay
qua thời gian vật vã

Có như một người Mẹ
mới thấu tiếng khóc con
dẫu thăng trầm dâu bể
vẫn nhớ cánh tay bồng

Rượu Mặt Trời

ta còn một chút lòng ngây
rủ người một bữa uống say lịm đời
rượu? Không, ta uống mặt trời
say cho ngượng mặt ý lời dối gian

nề hà chi khoảng không gian
cứ say trên bãi điêu tàn thuở qua
uống cho nắng rợn vàng da
vết đau chủng tộc vỡ òa máu rưng

uống cho tê liệt tận cùng
con đường nước mắt đã từng xót xa
say cho ta biết còn ta
sau cơn hồng thủy tràn qua núi đồi

rót tràn đêm, rượu mặt trời
uống đi người hỡi một đời mấy khi
say quên mặt đã lầm lì
biết ta chưng hửng đã đi vào đời

uống đi, say nhé người ơi
giữa ta có ánh mặt trời xuyên tâm
nóng ran như vết đạn găm
tim đau nhói ngược, bạn trăm năm rồi!

Khoảng Nhớ

khi trái tim để ý tới thời gian
là cuộc sống thấy muộn màng hơn trước
vì quá khứ đang bắt đầu chạy ngược
vượt hôm nay để tới được tương lai

khi tương lai để ý màu sợi tóc
là trái tim đứng khóc dưới hoàng hôn
chỗ đáng nhớ đã khuất sau tầm mắt
là điểm chờ lỡ đánh mất thời gian

vòng luẩn quẩn rớt từ trang ký ức
rơi đúng tầm chân thực của yêu thương
như giấc mơ em vừa say đắm kể
đẹp hơn là hạnh phúc vẽ lên trăng

thế mới biết thời gian là thủ phạm
tạo cuộc tình lãng mạn tuyệt như mơ
vì chính nó bắt trái tim tìm lại
một điểm chờ trong khoảng nhớ ngày xưa!

Trầm Tư

thư anh viết vẫn giữa dòng sông nhớ
nên nặng hoài những đợt sóng cưu mang
giữa trầm tích vỡ ra lời thương cảm
tuôn theo dòng huyết lệ chảy qua thơ

những cuộc đời đi quên lời tiễn biệt
nghẹn lòng đau tha thiết biết chừng nào
mai gặp lại trăng tàn trong đáy huyệt
đèn phù du siêu độ những vì sao

vốc nắm đất phù sa bờ sông Cửu
thơm ngạt ngào mùa ngô lúa đơm bông
nhặt viên sỏi trên lưng đèo Ngoạn Mục
nghe cồng chiêng vui dạ khúc Trường Sơn

đạp sóng nước cửa sông Tiền, sông Hậu
rộn tiếng hò theo mái đẩy duyên đưa
nghe tiếng võng vui đùa trưa tháng hạ
thèm chùm bông so đũa bữa canh chua

chiều trầm lắng tiếng chuông chùa ngược gió
reo bồi hồi ngói vỡ nóc hoàng cung
tranh cổ sử ngựa chùn cương mạt lộ
dãy chiến bào ướt đẫm lệ chinh phu

tiếng rít rợn cửa sắt tù thế kỷ
ngợp rừng thiêng hồn theo gió vi vu
góp tất cả những hành trang hệ lụy
theo trăng về Cội Rễ để trầm tư.

Em Từ Lục Bát Bước Ra

Em từ lục bát bước ra
thấy ta ngồi giữa hằng hà nhạc thơ
Em cười bảo chớ quẩn mơ
đời kinh vần điệu, tình ngơ ngẩn lời

Em từ lục bát ghé chơi
thấy ta ngồi đếm thì thời đã qua
Em cười bảo cứ nhẩn nha
trăm năm chưa tận còn tha thiết tình

Em từ lục bát đứng nhìn
thấy ta ngồi ngắm chu trình hoại sinh
Em cười bảo chớ giật mình
có không không có cứ bình sinh ngơi

Em từ lục bát ru đời
thấy ta đắm mắt ngắm trời ngả thu
Em cười bảo chớ ưu tư
khởi lên tình khúc sương mù sẽ tan!

Hoàng Trường Sa

Ơi Hoàng Sa! Hỡi Trường Sa
Bi thương tiếng gọi sơn hà Việt Nam
Đang còn bị giặc xâm lăng
Nước trào rỉ máu, Đất oằn xót đau!

Ơi Tổ Quốc! Hỡi Đồng Bào
Yêu thương tiếng gọi thắm màu quê hương
Âm vang trống giục sa trường
Bạch Đằng dậy sóng quật cường oai nghiêm

Giơ tay cao thét lời nguyền
Hận thù Bắc Thuộc hịch truyền xuất quân
Đánh cho giặc Hán kinh hồn
Muôn đời khiếp sợ tinh thần Văn Lang

Hoàng Sa, Trường Sa là của Việt Nam
Đã trong sử sách ngàn năm lưu truyền
Trống đồng hào khí linh thiêng
Hãy vang lên khắp mọi miền núi sông

Triệu con tim một tấm lòng
Quyết tâm tiêu diệt thù trong giặc ngoài
Việt Nam ơi! Tổ Quốc ơi!
Triệu con dân Việt sẽ khơi sử hồng

Từ Trường Sơn tới Biển Đông
Thịt da xương máu con Rồng cháu Tiên
Núi Sông là một mạch liền
Không ai có thể đảo điên Sơn Hà!

Bâng Khuâng

(Thân gửi Thùy An và những người còn đủ bâng khuâng)

đâu đã ngủ mà anh gọi thức
trời bên ni còn rực vàng trăng
ngồi gõ phím vu hồi hư thực
để nghe dòng tâm thức trầm lăn

những nốt lặng nằm im chợt mở
nghe rõ từng nhịp thở bâng khuâng
từ háo hức của thời sách vở
đến bồi hồi tận thuở rời quê

anh có biết cả tình yêu nữa
rủ rê về đứng giữa sân khuya
nhắc Tháng Sáu ve sầu, phượng nở
với buồn vui trừ cộng nhân chia

có phải tuổi già thường mất ngủ
hay tại mình còn đủ bâng khuâng
ngoài song cửa hừng đông chớm nở
ừ ngủ thôi, giấc muộn đêm tàn

mình ru mình lời hoa bâng khuâng!

Dung Nhan Không Có Mùa

dung nhan không có mùa
như đời không có tuổi
mặc trời nắng hay mưa
vẫn nụ cười tươi rói

Xuân Hạ rồi Thu Đông
đời quay vòng thế đó
lạ gì mà bâng khuâng
khác chi mà bỡ ngỡ

không là chim thiên di
ngại gì mùa gió trở
hãy vui bước xuân thì
trên hành trình mới mở

*

người bạn nhỏ tuyệt vời
nói với tôi như thế
làm sao mà không vui
dẫu biết đời dâu bể

cám ơn thời gian trôi
trên ngời ngời lá biếc
cám ơn em nụ cười
nở giữa đời thanh khiết!

Ta Về

(mến tặng Đình Đại như nỗi cảm hoài khi nghe bài hát "Ta Về" trong CD nhạc "Lửa Tù")

Ta về, ừ nhỉ, về đi
để xem Hồng Lĩnh, Ba Vì còn không
Cao Nguyên còn bạt ngàn thông
Miền Tây còn những tấm lòng như thơ!

Ta về vẫn chỉ là mơ
quê hương nỗi nhớ bên bờ sử thi
ta về trên những lối đi
nghe lời đồng vọng giữa bi lụy đời!

Ta về ngắm những chơi vơi
trên sông núi cũ đang khơi điệu buồn
ruộng đồng khô mạch nước nguồn
biển đang cuộn sóng quặn hồn thương đau

Ta về theo giọt lệ sầu
chứa trong tình khúc từng câu nghẹn lòng
đời buồn khóc cuộc lưu vong
để tình chờ đẫm lệ hồng xót xa!

Thơ Ta

thời giữ nước, thơ ta là nhịp bước
mỗi chữ, mỗi câu sau trước quân hành
tâm và ý long lanh như thép
từng đoạn ngân tha thiết vô cùng

thuở truy bức, thơ viết sau cửa ngục
bạn - đứa ngồi bên, đứa gục sau lưng
câu, chữ nấc, ý rạc rời loạn khúc
đọc, mắt cay, nhớ, ngực nhói rưng

buổi lưu vong, thơ ta - lời di chúc
giữa mất còn, xin chúc phúc cho nhau
trước chữ nghĩa đã thẹn sầu giấy mực
thơ chỉ còn những niệm khúc đau

bạn đọc thấu thơ ta, chắc hiểu
tâm thoáng cuồng, trí chợt hóa ngông
bởi cuộc sống dường như đang thiếu
một đóa hồng trong mỗi tấm lòng!

Nhánh Sao Đêm

sợi tơ hồng buộc tim em thuở nọ
tháo làm chi cho gió cuốn tình đi
dòng nước mắt muộn màng khơi rất nhỏ
rơi âm thầm sao vỡ cả lòng sông

tình cứ ngỡ lá trầu không chưa úa
trái cau xanh bổ nửa vẫn còn tươi
mâm ngũ quả, nến hồng còn rực rỡ
môi đang xinh sao trót lỡ nụ cười

lặng lẽ thoát qua em mùa lá đổ
chiều, từng chiều, qua những phố quen xưa
lời thầm lắng âm vang tình lướt gió
xao xuyến buồn gõ xuống bước chân đưa

mùa Hạ cũ mà Phượng còn chín đỏ
từng cánh bay qua ngõ tựa môi quen
ghép giữa gió những mảnh rời tim vỡ
hạnh phúc về từ một nhánh sao đêm

Thành Phố Mẹ

Cali có Little Sài Gòn
Paris có Sài Gòn Phố không em
mà dẫu có một Sài Gòn ở đó
cũng chỉ là thành phố mượn tên
để mỗi lần gọi lên là nhớ

Sài Gòn – thành phố Mẹ phía bên kia
bên tuổi trẻ đã buồn chia máu lệ
bên niềm vui chỉ để kể người nghe
như lá me bay trong chiều mưa tháng Hạ
có phượng hồng cài mái tóc yêu thương

ôi nỗi nhớ viết sao vừa giấy mực
khi tim ta thổn thức nhớ Sài Gòn!

Chừ em bước trên một thành phố mới
có những con đường mang tiếng nói Việt Nam
những con đường cũng chỉ là khuôn mặt
tình những con đường ở trên đỉnh hồn ta!

*Em hãy nhớ, thành phố mình đang sống
cũng chỉ là một góc cuộc đời qua
ngày luyến nhớ Paris, Cali, New York
có bằng đêm em khóc nhớ Sài Gòn*

*thành phố Mẹ chúng ta bên kia biển
những con đường Nguyễn Huệ, Hùng Vương
những tên gọi Bạch Đằng, Bến Nghé...
giữa đời ta là cả một trời thương*

*Sài Gòn đó, Sài Gòn bên kia biển
không phải một thời, mà mãi ngàn đời
trong tim người, Hòn Ngọc Viễn Đông
trong Việt Nam, Sài Gòn bất diệt!*

Bài Học Lịch Sử

bài học lịch sử không bao giờ cũ
chỉ sợ mình không đủ sức đi theo
nếu không thể, nhắn cháu con lời nhủ,
"Việt Nam ta - một Dân Tộc anh hùng."

khởi đầu học từ vua Hùng dựng nước
dòng Văn Lang sau trước vẫn kiên trì
chống giặc ngoại xâm bảo tồn nòi giống
quyết đấu tranh giữ vững đất biên thùy

học lịch sử để biết làm lịch sử
Độc Lập, Tự Do không tự phát sinh
mà phải đổi bằng chính mình xương máu
vì Non Sông, vì Tổ Quốc Việt Nam

đời cha ông đang dần dần xa khuất
nhưng tấm lòng, hào khí mãi còn nguyên
trọng hiếu nghĩa nuôi mối giềng đạo đức
ngẩng cao đầu và ưỡn ngực đi lên

khôi phục lại những trang hùng sử Việt
trách nhiệm này tha thiết gọi cháu con
biết tự hào là con Rồng, cháu Lạc
hiên ngang đi khao khát nghĩa sinh tồn

học lịch sử là thắp hương thừa tự
trên lâu đài Văn Hóa Sử Việt Nam
giữ sáng mãi gương tiền nhân bất tử
và bảo tồn dòng Quốc Ngữ chính danh.

Sài Gòn, Em và chiếc áo dài

Sài gòn, Em và chiếc áo dài
dựng trước anh chân dung mùa Hạ cũ
có nắng chen mưa đùa ngọn tóc bay
xua cánh phượng rơi đầy trong sóng mắt

Sài Gòn, Anh của một thời xa lắc
bon bon vui, thoăn thoắt bánh xe quay
theo nón em che nghiêng bờ ngực dậy
mơ môi hồng, tuổi ngọc, rượu tình say

Sài Gòn Yêu, suốt những chiều biết đợi
đếm lá me bay về cuối giảng đường
mắt đau đáu nhìn cổng trường mở vội
dáng gầy em cợt vói gọi yêu thương

Sài Gòn Xưa, lụa vàng ươm vóc ngọc
mịn hồng da, đuôi tóc ủ vai trần
hăm hở bước nghêu ngao mùa guốc mộc
ngắm thơ tình trên đọt giấy hoa tiên

Sài Gòn Nhớ, của riêng mình hai đứa
khung trời thương hẹn hứa gởi mây chiều
nhiều biết mấy bao nhiêu điều chưa nói
thời gian đi, quyện rối những đường tơ

Sài Gòn đam mê với Thơ và Nhạc
trên hành trình khao khát những dòng sông
sức quyến rủ những con đường góc phố
chảy dọc đời tóc bạc hoá mây xanh

Sài Gòn ơi! Thương quá tiếng Em, Anh
biết dỗ ngọt suốt bốn mùa hoa, trái
áo dài Mẹ, em vẫn còn giữ mãi
từng đường thêu dấu ái vẫn còn xin.

Khi Em Hát

khi em hát thời gian ngưng đọng lại
nhè nhẹ reo trong mắt chút hương cay
xa cách quá nhưng tình sao rất lạ
cứ rung lên từng nhịp nhớ nhung đầy

khi em hát không gian buồn da diết
tình về đâu bờ bến cuối chân mây
thương nhớ quá mà người đi biền biệt
bơ vơ nhìn mây tím chập chùng bay

khi em hát ve hòa âm rộn rã
tiếng sầu bay qua kẽ lá hong khô
trong bất chợt nghe lòng mình lạnh giá
cánh phượng hồng gợi nhớ dấu môi xưa

*khi em hát biển lăn tròn sóng biếc
bao lời tình tha thiết cuộn vòng theo
từng bọt sóng tung trào lên mãnh liệt
âm vang xa lời gọi Nhớ Thương Yêu*

*khi em hát hương tình thoang thoảng nhẹ
chầm chậm trôi qua hai nhánh tay buồn
mười ngón nhớ bây giờ sao quạnh quẽ
người yêu xa - tình trống một vòng ôm*

*khi em hát trời giăng mưa buồn bã
nước ưu phiền vật vã chảy về đâu
mặt trời ngủ mây vương sầu tháng Hạ
theo lời ru đau đáu mắt tìm nhau*

*khi em hát tình treo đầu ngọn nhớ
nước mắt buồn rơi xuống bãi thương sâu
hoa cúc tím nặng sương chiều cánh vỡ
tình xa rồi còn ngỡ tựa vai nhau.*

Lửa Tim

ngọn bút tôi suốt đời muốn viết
về quê hương yêu dấu Việt Nam
từ gốc nôi hồng, lời mẹ ru tha thiết
đến nắm đất vàng, tiễn biệt một người đi

nhớ từ đỉnh Trường Sơn hùng vĩ
đến chân đê ruộng nước U Minh
dẫu mỗi chặng đi, từng cơn bão nổi
giữ lửa tin yêu vượt nỗi điêu linh

quê hương tôi với bao vùng đất vỡ
mạch kiên trì vẫn nở đoá hoa thơm
thân thì xa mà lòng mình cứ ngỡ
đang giữa mùa vàng rực lúa đồng chiêm

mùa trẩy hội của những người thợ gặt
nắm cơm thơm nén chặt giữa mo cau
đẩy giọng hò lên trời xanh bát ngát
tiếng chày khuya vỗ mát nghĩa tình sâu

có nỗi khổ nào mà dân ta chưa vượt
qua bao thời hưng phế, bể dâu
nhìn chồng, con đáp đền nợ nước
ngạo nghễ cười dẫu tan nát lòng đau

đi là đến, lửa tin yêu huyền nhiệm
xa nghìn trùng vẫn nhắc chuyện đoàn viên
trí vẫn nhớ đau thương mùa chinh chiến
lòng nguyện cầu sông núi mãi bình yên

thương nhớ quá một quê hương bất tử
mẹ hiền ơi! Sông núi Việt Nam ơi!
tiếng gọi nhớ từ đứa con viễn xứ
vút lên trời bằng lửa của tim tôi!

Trời Ươm Nắng – Em Nghiêng Sầu
Tranh sơn dầu trên bố của hoạ sĩ Nguyễn Sơn, Germany

Hạt Cát

Tên thật: Trần Thị Bạch Vân

Vượt biển, định cư tại Philadelphia từ năm 1979.

Làm việc trong ngành thời trang.

Bắt đầu làm thơ năm học lớp Đệ Lục, có một số bài được đăng trên vài tờ báo.

Đăng thơ thường kỳ trên Tạp Chí Việt Nam Hải Ngoại, do LS Đinh Thạch Bích chủ trương vào thập niên 1980.

Cố thi sĩ Nguyễn Tất Nhiên có bài nhận định về thơ lục bát của HC trong số báo Xuân Đinh Dậu 1981.

Cùng một số thi, văn hữu in chung các tuyển tập Phụ Nữ Việt 2005, 2006, 2007, 2008, 2009. Có bài đăng rải rác trên một số trang mạng văn học nghệ thuật như phunuviet.org, dactrung.net, hoiquantramhuong.net, Nói Với Ngàn Sau, www.vietbang.com.

Tác phẩm đầu tay, tập thơ 125 bài song ngữ Hán Việt "Bạch Vân Vô Sở Trú", in cuối năm 2016.

Trang nhà: http:// hatcat79.com

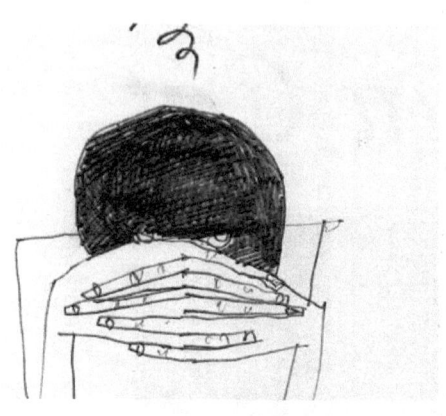

Ta là ai?

Ta mang lòng vô hạn,
Ngắm từng giọt sương tan,
Quên đất trời sâu lắng,
Nghe tình dâng mênh mang.

Ta cười rơi nước mắt,
Trăng sáng màu thiên thâu,
Hai tay cầm sợi tóc,
Đong đưa ngày theo nhau.

Ta nghe từng hơi thở,
Kim đồng hồ ngưng quay,
Con chim nào ríu rít,
Mây lưng đồi vẫn bay!

Ta tìm ta trống vắng,
Ta hỏi ta là ai?
Ta và ta có mãi?
Giây trước và giây này?

2003

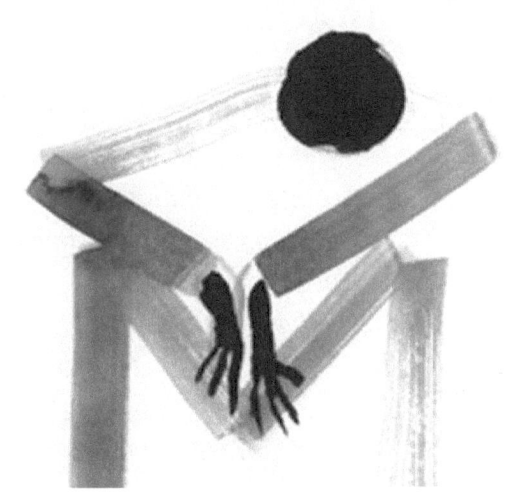

Cái nào mới thực là tôi?

Long lanh trăng cài ngọn sóng,
Đầu ghềnh lãng đãng mây bay,
Nơi đâu gọi là quá khứ?
Chốn nào đặt tên tương lai?

Một niệm đuổi sau một niệm,
Chạy theo chạy muốn hụt hơi.
Quay nhìn tóc, tai, mũi, miệng,
Cái nào mới thực là tôi?

2003

Bâng khuâng tuổi đá

Phiến đá ghềnh sâu đứng đợi,
Âm thầm sương khói xanh rêu
Chờ trăng khơi mào nguồn cội
Còn không giọt nước thủy triều

Ai làm chứng nhân tuổi đá,
Kể từ hỗn độn nguyên khai,
Tinh cầu bao phen băng giá
Đá tròn tuổi mộng nào hay!

Năm ngàn triệu năm xoay chuyển,
Vỏ sò trắng hếu hoang vu.
Còn gì trong tay để đếm,
Bóng hình nào đó vu vơ

Giật mình bâng khuâng tuổi đá,
Dường như đá cũng như ta.
Hôm nào hư vô chợt đến,
Mai chiều rồi sẽ phôi pha.

2003

Vô Ngôn

Sương tan hồi chuông sớm,
Niệm bài kinh vô ngôn.
Đất trời xanh vô tận,
Người đi say mộng hồn.

Bâng khuâng đồi cỏ úa,
Giọt nắng hồng mênh mang.
Mây hoàng hôn áo lụa,
Người đi thơm ngọc lan.

Đêm soi vầng trăng khuyết,
Mái ngói trần rêu phong.
Trầm hương bay mắt biếc,
Người về bàn chân không!

2003

Lòng ta

Lòng ta đâu phải là sương khói,
Sao bóng hoàng hôn cứ lẻn vào.
Cứ đem cơn gió u hoài tới,
Lay mối tơ tình rớt lao xao!

Lòng ta đâu phải là sông nước,
Sao chuyến đò ngang cứ nhấp nhô.
Vẫn con cò trắng chiều hôm trước,
Ngơ ngác bềnh bồng nhánh củi khô.

Lòng ta... đâu phải hàng me cỗi,
Đợi gió bâng quơ rắc sân trường.
Dăm ba chiếc lá, sao hờn dỗi,
Con mắt ai đằng sau... thấy thương!

Có chắc là ta không nhớ nhung,
Không niềm rung cảm tận mông lung.
Mây trôi lãng đãng miền tri kỷ,
Nắng quái chiều hôm cứ chập chùng.

2002

Mây chiều

Bâng khuâng tôi ngắm mây chiều
Nghe tơ liễu rũ ít nhiều riêng tư,
Ô hay! Cơn gió tình cờ!
Hồn muôn năm bỗng ngẩn ngơ môi cười.

Bàng hoàng tôi chợt hỏi tôi,
Hương xưa ngỡ đã chôn vùi rong rêu,
Hôm nay... bừng dậy lưng chiều...
Chao ôi! Có phải tôi... xiêu lòng rồi!!!

2002

Bâng quơ

Bâng quơ gọi gió lay chiều,
Lòng thiên cổ liệm ít nhiều phôi phai.
Người về mây trắng ngang vai,
Áo xiêm phất phới đâu ngoài khói sương.

Xe lăn dặm khách hoang đường,
Ngón tay rời rạc trầm hương nhạt nhòa.
Niềm tư úa vỡ vàng hoa,
Muôn năm rồi cũng la đà cỏ cây.

2003

Tơ chiều

Lãng đãng tơ chiều giăng trước ngõ.
Trời mây nhè nhẹ động bên hiên.
Mong manh sương khói mong manh gió.
Đâu lòng cổ độ nắng nghiêng nghiêng?

2002

Lưng đồi

Bâng khuâng tôi hỏi lưng đồi cũ,
Hồn đá ngàn năm có đợi chờ
Mây vẫn bay về từ thiên cổ
Còn ai ngồi mộng buổi hoang sơ?

2002

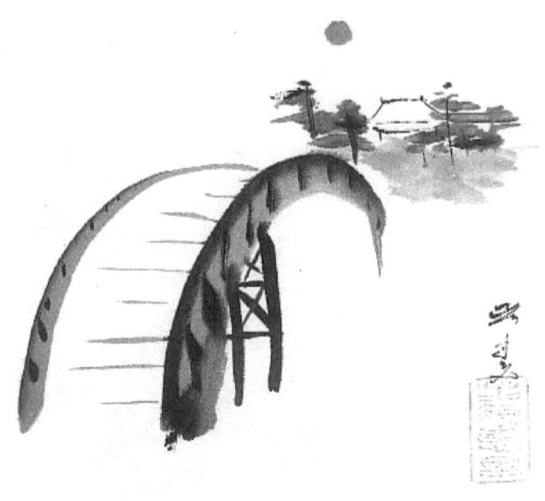

Tìm Mộng

Đi tìm không thấy mộng đâu,
Thôi ta đứng lại bên cầu tử sinh,
Gió đùa lăn lóc vô minh,
Bỏ ta một khối u tình ngẩn ngơ

2017

Núi Xưa

Ta về núi cũ rong chơi,
Đứng bên hốc đá nghe đời xôn xao,
Con chim mộng vút bay cao,
Áo xưa nhuộm tím một màu tà huy!

2017

Bóng Hạc Vàng

Mươi năm tịch mịch bên đời,
Ta ru mộng ảo đợi người trần gian,
Phương nào mây trắng mênh mang,
Thoáng bay một bóng hạc vàng kiếp xưa.

2017

Hỏi ta I

Ta đi lạnh một dòng sầu,
Vai nghiêng tóc rối phai màu thiên thu,
Hỏi ta còn có bao giờ,
Yêu như cái thuở dại khờ năm xưa?

2019

Đò Ơi!

Chiều qua bãi sậy bờ lau,
Nghe con cúm núm kêu sầu khói sương,
Đò ơi tay lái đừng buông,
Sông sâu nào có ai lường bao sâu!

2017

Cánh Chim Chiều

Về đâu một cánh chim bay,
Khói sương lãng đãng tháng ngày phù du,
Gió chiều gọi mãi hư vô,
Nghe lòng như đã thiên thu một ngày.

2016

Chén Hoàng Hoa

Ta về nhắp chén hoàng hoa
Ngắm mưa mà nhớ quan hà mây trôi,
Người đi bóng đổ chiều lơi,
Nghe hiu quạnh rớt chơi vơi lá vàng.

2017

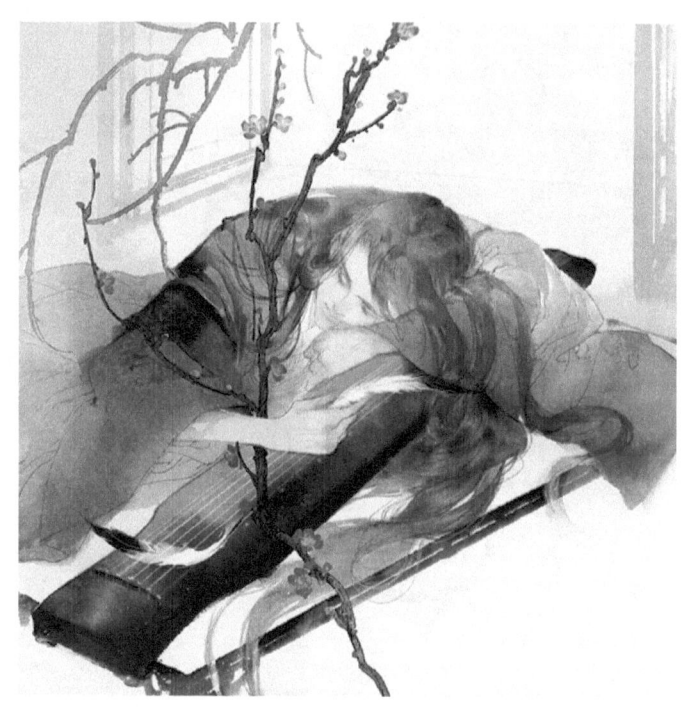

Hỏi ta II

Hỏi ta có phải là mơ,
Mà đêm hư ảo trên bờ môi hoang,
Người về đắm một cung đàn,
Dây tơ nọ biết nắn làm sao đây?

2019

Phù hư một cõi

Phù hư một cõi về đâu?
Màu trăng cổ độ, giọt sầu thiên thu.
Thinh không hun hút sa mù.
Thương đôi cánh hạc biệt mù tăm hơi.

2019

Con nhạn bay chiều

Mây trôi trắng nẻo quan hà,
Gió thu để lại bóng tà liêu xiêu,
Người đi sông núi đìu hiu,
Hay chăng con nhạn bay chiều ngẩn ngơ.

2017

Ngắm bóng thời gian

Em ngồi ngắm bóng thời gian,
Mà quay quắt nhớ cung đàn viễn phương,
Hắt hiu nguyệt lạnh mù sương,
Tình ơi biết gửi mộng trường về đâu?

2019

Sợ mai đây lá vàng theo gió cuốn
Cuối chân trời mây trắng cũng bâng khuâng
YS

Huỳnh Công Ánh

* Tên thật cũng là bút hiệu.

* Sinh ngày 10/ 7/1946 tại Làng Phú Kim, Xã Cát Trinh, Quận Phù Cát, Tỉnh Bình Định.

* 1968, gia nhập trường Sĩ Quan QLVNCH khóa 3/68 Võ khoa Thủ Đức.

* 1972, Huỳnh Công Ánh được chọn là Sĩ Quan ưu tú nhất của Sư Đoàn 22, Quân Đoàn II với huân chương Ưu Dũng Bội Tinh và được tưởng thưởng đi thăm viếng Đài Loan.

* Sau 30 tháng 4-1975, Huỳnh Công Ánh bị đi tù dưới chế độ Cộng Sản trong các trại tù từ Nam ra Bắc.

* 1981, HCA đã trốn thoát khỏi trại tù K-3 ở Tân Kỳ, Nghệ Tĩnh. Sau đó vượt biển đến đảo Bi Đông, Malaysia. Năm 1982, sang định cư tại Hoa Kỳ.

Hoạt động xã hội:

* Cựu Chủ Tịch Hội Cựu Quân Nhân QLVNCH ở Bi Đông, Malaysia.

* Cựu sáng lập viên và Phong Trào Trưởng Phong Trào Hưng Ca Việt Nam.

* Cựu sáng lập viên và Chủ Tịch Tổng Hội Cựu Tù Nhân Chính-Trị Cộng Sản Việt Nam.

* Cựu sáng lập viên Hội Văn Nghệ Sĩ Việt Nam Tự Do. Cựu Chủ Nhiệm Tuần Báo Chứng Nhân

* 1992, được tuyên dương tại Điện Caucus ở Quốc Hội Hoa Kỳ, trước đại diện của TT Hoa Kỳ, 50 Thượng Nghị Sĩ Liên Bang và Dân Biểu về thành tích hoạt động xã hội và đấu tranh cho nhân quyền.

* 1992, được mời thuyết trình tại Viện Đại Học Havard về kinh tế và đấu tranh cho Tự do, nhân quyền cho VN, được chương trình truyền hình Good Morning America tại New York mời phỏng vấn.

* 1998, được trao tặng Jefferson Award (Người thành công nhất tại TX, Hoa Kỳ về kinh tế và xã hội).

* 1999, được chọn là Board Derector Catholic Charity USA (Giám đốc Quản Trị Hội Bác Ái Công Giáo HK).

Hoạt động Văn học nghệ thuật:

Tác phẩm đã xuất bản:

* Băng nhạc: Uất Hận Ca (1983), Tiếng Mẹ Gọi (1995), Lên Đường (Với Phong- Trào Hưng- Ca VN, 1998).

* CD: Quê Hương Và Tình Ca, Thắp Lửa Tự Do (Với Phong- Trào Hưng Ca Việt- Nam,1999).

* Tập Nhạc: Những Trái Tim Rực Lửa (1987), Hưng Ca Hành Khúc (Với Phong- Trào Hưng Ca Việt Nam), Tuyển Tập 40 Năm Âm Nhạc

* Thi tập: Hạnh Ngộ Bên Trời (2005), quẳng Gánh Lao Đao Giữ Nụ Cười (2010), Ơn Nghĩa Trùng Trùng (Thơ), Cát Bụi Lăn Trầm (Thơ), Lời Gởi Mai Sau (Thơ).

* Hồi Ký: Vượt Tù Vượt Biển

Cát Bụi Lăn Trầm

Ngày sau ta sẽ ta, là cát
Cát bụi cũng cần có cái tâm
Chu kỳ chuyển kiếp này, kiếp khác
Ta nhọc nhằn lăn, vết lăn trầm

Ôi! Ngót một đời qua nhanh quá
Những trái ngang, nghiệt ngã, thăng trầm
Năm tháng hững hờ, trôi vội vã
Chợt nhìn mình, mái tóc đã hoa râm

Biết thế đấy, sao vẫn còn bám víu
Những lợi danh, vật chất, tiền tài
Được số ngàn, muốn thành hàng triệu
Muốn xóa hận thù mà lòng mãi dằng dai

Cõi tạm trần gian người về bụi cát
Quyền thế, sang hèn, rồi cũng xuôi tay
Và giàu có chắc gì đã hạnh phúc
Sao không bình tâm, an lạc từng ngày

Hãy bước tới, sống từng giờ ý nghĩa
Hãy nhớ Quê hương, Tổ quốc, giống nòi
Hãy quý trọng người già, con trẻ
Tình yêu thương sống mãi muôn đời

Vũ trụ còn không được yên một chỗ
Huống hồ ta, nào có thấm tháp gì
Điều chắc chắn có sinh là có tử
Thảnh thơi ư? Phải diệt tham, sân, si

Đừng bám víu, đừng tưởng mình quan trọng
Đừng tham lam, kiêu hãnh, vô tình
Đừng hờ hững nhìn những mảnh đời bất hạnh
Mở vòng tay nhân ái với tha nhân

Xả lỏng hết những buộc ràng nhân thế
Xả lợi danh, xả nghịch cảnh, hận thù
Buông xả hết cho thân an, tâm nhẹ
Hồn sạch trong, xóa sạch bóng âm u.

Ngày 100 Năm Sẽ Tới

Chẳng cần đợi ngày trăm năm cũng tới
Mắt môi ngày ấy phấn son tươi
Lần lữa nhìn nhau cạn điều muốn nói
Tay trong tay ấm sót cuối đời

Chẳng lo nghĩ bởi bên kia gặp lại
Thanh tân hăm hở gấp bội phần
Đời đã khác long đong chẳng mãi
Rong ruổi ta khuất lấp dưới mộ phần

Và nếu phải ngày trăm năm tới vội
Hành trang đơn giản hai tay xuôi
Hứa bên kia sẽ cùng chung lối
Chẳng phải kiếm tìm, nghĩ ngợi xa xôi

Ngày trăm năm bể sầu đã khép
Nợ nhân gian sòng phẳng hẳn hòi
Đời bạc bẽo nhuộm trắng phau mái tóc
Đổi áo cơm bằng gân cốt mồ hôi

Anh vốn sẵn nụ cười xuề xòa cũ
Em thiết tha môi mắt ấy tuyệt vời
Nắng gió mới thổi bay đi quá khứ
Chốn không cùng ta khắng khít thảnh thơi

Quá Cỡ

Vẫn có vui nơi bể khổ
Vẫn có buồn chốn niết bàn
Miễn thấy được quanh bạn đó
Biết đâu không? Từ trái tim

Bể khổ nơi mình đang sống
Đâu có khổ hoài phải không?
Nắng hồng vui buổi sáng
Tuyết lạnh lùng mùa đông

Một mình nơi hiên vắng
Nghĩ rằng đang bên em
Dẫu hai bàn tay trắng
Mà lòng đầy yêu thương

Hít sâu vào cành hơi
Thở ra đều đều nhẹ
Ham muốn điều không thể
Thôi lờ vờ cho yên

Bảo vui đếm nỗi buồn
Bảo cười xoa tiếng khóc
Bảo khô vơi nước mắt
Bảo tôi thôi hận thù

Đòi một năm 13 tháng
Cần một ngày 25 giờ
Được không? Khi quá cỡ
Thì đó chỉ là mơ

Bài Ca Cho Em

Gặp em chênh chếch bóng đời
*Ngâm câu "**Hạnh ngộ bên trời**" lưu vong*
Tình xuôi về cuối dòng sông
Hợp hoan biển hát mênh mông dạt dào
Gặp em hạ nắng lên cao
Tình xoải cánh lao đao
Xoa dịu bao niềm đau
Gặp em bờ tóc xõa mây vương
Rực sáng mắt yêu thương
In cả trời quê hương

Nam Tử Sa Cơ, Hờn Vong Quốc
Thương Nòi, Nhớ Nước, Dạ Nao Nao

Tuân lệnh đầu hàng, thiên thu hận
Quyết thề quang phục, từng ngày trông
Nam tử thất thời năng mài kiếm
Chí cùn kiếm bén cũng bằng không

Trăng khuyết, trăng tròn, trăng vẫn đó
Đầu xanh, đầu bạc, đời trăm năm
Nghe lòng khua rạc-rạc kiếm mài gươm
Rõ mồn một giọng đá cười, đá khóc

Đất rộng, trời cao vươn vai ưỡn ngực
Chí nam nhi ngang dọc mộng cá kình
Biển lớn vẫy vùng tận sức bình sinh
Bảo Quốc, an dân, vinh quang nòi giống

Lịch sử than ôi! Đến hồi mạt vận
Bốn ngàn năm một thảm cảnh lưu vong
Bỏ nước đi, lệ nuốt ngược trong lòng
Nghe rung chuyển, xác hồn rền sông núi

Xương máu sẵn, sẵn ngẩng đầu xông tới
Sinh nơi quê nhà, vùi thây đó với quê hương
Không thắng kẻ thù, thà tan xác sa trường
Hơn chết dần mòn nơi tha phương tủi nhục

Nam tử sa cơ hờn vong quốc
Thương nòi nhớ nước, dạ nao nao!

**Rượu Nhập, Huyết Trào, Thơ Thống Hận
Tình Xa, U Uẩn, Vọng Mang Mang**

*Thả vào gió vào mây hồn Phạm Thái
Và chuôi gươm lạnh ngắt tự bao giờ
Bầu rượu cạn mấy mươi mùa khô mãi
Môi anh hùng tê tái đọng giọt thơ*

*Thả vào nắng âm vang rền tiếng hí
Ngựa rũ bờm, xếp vó, cung tên rơi
Giày lơ láo đợi chân người dũng sĩ
Mảnh chinh y bạc phếch, đong đưa phơi*

*Thả vào mưa tình Trương Quỳnh Như quanh quất
Đồi Tiêu Sơn u tịch tháng năm qua
Tiếng sáo tương tư muôn đời phảng phất
Nỗi niềm riêng ẩn uất cõi ta bà*

*Thả vào sương chút long lanh thơ mộng
Cho mong manh phơn phớt mong manh thôi
Mình nhỏ bé giữa đất trời lồng lộng
Tựa vào đâu nỗi nhớ lúc phai phôi*

Thả vào hoa những cuộc tình bất diệt
Ngào ngạt hương xây vội cõi địa đàng
Em nữa đấy, góp phần dòng tha thiết
Hồng ân tràn sót rụng xuống dân gian

Rồi bất chợt thả mình chung vào đấy
Cho ngàn sau thấu nẫu chuyện ngàn xưa
Luân hồi nghĩa là loanh quanh quay lại
Ta ở điểm nào trên vòng ấy bánh xe?

Thả vào nhau tóc suông xưa bão nổi
Vào mênh mông hiu hắt buổi chiều tà
Vào tim nhau từng dại khờ chìm nổi
Đập dập dồn máu thống hận trào ra

Tháng 4 - 40 Năm

Tháng Tư về bước chân người lạc lõng
Lòng lặng lờ theo năm tháng trôi xuôi
Ước vọng chín trên cành chờ lúc rụng
Khàn cổ kêu Quốc Quốc quá ngậm ngùi

Tháng Tư về ta với ta tranh đấu
Kiếm cung treo sét rỉ đã bao ngày
Những ước vọng xanh ngời thời thơ ấu
Đã vàng theo lãng đãng kiếp mây bay

Tháng Tư về hẹn hò nhau cuối nẻo
Áo trận sờn theo nhịp bước một hai
Lơ láo nhìn nhau cười như mếu
Sông núi, chinh nhân như tiếng thở dài

Xuân Không

Đã mấy mươi mùa Xuân lưu lạc
Hẹn hoài về thăm Mẹ, thăm quê
Lần lữa Xuân này rồi Xuân khác
Mẹ héo hắt trông con vẫn chưa về

Tháng năm hờ hững không hề đợi
Nhân sinh một kiếp chẳng là bao
Không ai trói chân nơi đất khách
Không ai bầm vập, thế mà đau

Thêm một Xuân nữa thân lầm lũi
Không pháo, không hoa, không nhang đèn
Nhớ Tổ tiên, cúi đầu tạ tội
Nhớ Mẹ già, thắt ruột, nhói tim

Hiu hắt cả đời thân Mẹ khổ
Tần mẫn nuôi con, gồng gánh tảo tần
Lẽ ra hôm sớm về bên Mẹ
Về thăm thôi, sao mãi lựa lần

Mạt Vận

Ngựa khựng chân bon gục đầu triền cỏ cháy
Tráng sĩ hờn vung kiếm chém hư không
Tiếng thét rền từ thâm u dội lại
Đường gươm như đâm ngược trong lòng

Quê Mẹ đó bời bời xa tăm tắp
Mấy ngàn năm Đinh, Lê, Lý, Nguyễn, Trần
Tiền nhân dày công bao đời xây đắp
Xương máu anh hùng tô thắm dải giang sơn

Ôi lịch sử đang đến hồi mạt vận
Lũ vô thần dâng, nộp, bán nước non
"Tổ quốc lâm nguy, thất phu hữu trách"
Làm sao đây cho dân tộc sống còn

Tráng Sĩ thất thời mài gươm đất khách
Đợi thời cơ quang phục diệt thù chung
Hổ thẹn trước anh linh tiền nhân hiển hách
Tráng sĩ cúi đầu, mắt máu lệ rưng rưng

Mẹ Và Mùa Đông

Mẹ ơi! Con đang ngồi bên Mẹ
Ngoài kia tuyết rơi lạnh lùng, chiều mùa Đông
Mẹ ơi! Con đang nhìn tóc Mẹ
Sợi bạc, sợi khô, sợi bơ vơ, như con đang bây giờ

Mẹ ơi! Con đang cầm tay hỏi Mẹ
Mẹ biết ai đây không?
Âm thầm mở mắt, Mẹ nhìn về xa xăm
Mẹ ơi! Con đang nhìn môi Mẹ
Vành môi khô thều thào, nước mắt con tuôn trào

Mẹ không còn cần biết, mùa Hè, mùa Đông
Con nôn nao muốn biết Mẹ nghĩ gì trong lòng
Mẹ không còn cần nói, cần chờ, cần trông
Con đang mong Mẹ nói: Mẹ vui, Mẹ buồn
Mẹ không còn màng đến cuộc đời nhân gian
Con đang nắm tay Mẹ, cõi lòng con nát tan

Hỡi tháng, hỡi năm, hỡi thời gian
Xin dừng lại để con mãi mãi bên Mẹ
Gọi gió, gọi mây, gọi mưa
Mang trả lại Mẹ tôi ngày xưa

Ngày xưa Mẹ hát ru trưa
À ơi! Ơi à! Lời Mẹ ngọt ngào bên chiếc võng đưa
Ngày xưa Mẹ nắm tay con
Con vui chân chim non, lòng Mẹ vui hơn

Bây giờ con nắm tay hỏi Mẹ
Mẹ nhớ ai đây chưa? Mẹ nhớ ra con chưa?
Mắt con đổ mưa

Họ Là Ai?!

Những thành phố đông xưa
Bây giờ đang vắng ngắt
Nụ cười hồn nhiên xinh tươi che khuất
Người xưa đâu? Làm sao vui bây giờ

Dịch bệnh lây lan cùng khắp
Người ái ngại gần người
Lúc nơi nơi tang tóc
Những thiên thần áo trắng hiện ra

Nhìn họ, ai không thương mến xót xa
Họ quên mình lăn xả
Họ ngày đêm xông pha
Không phân biệt giàu nghèo, trẻ già, màu da

Họ là ai? Họ là ai?
Là Y sĩ, Y công, cứu thương, Y tá
Họ là những thiên thần cao cả
Họ là những chiến sĩ anh hùng

Họ quên mình cho kẻ khác
Mong xoa dịu vết thương chung

Sầu!

Đất khách nam nhi vỗ chuôi gươm sét
Tu bình rượu cạn, ngước cổ kêu Trời
Ngoài kia lả tả rơi hoa tuyết
Trong lòng lữ khách sùng sục sôi

Chí cả mài gươm miệt mài cuối kiếp
Gươm bén nằm yên trong vỏ chờ thời
Muối xát đời đau, ai người hay biết
Tím mật, bầm gan, thời vận rã rời

Thù ngoài, giặc trong, bọn trở cờ đón gió
Hào kiệt cô thân ngán ngẩm thở dài
Tháng ngày qua mau lời thề vẫn đó
Liên kết hợp quần, ơ hờ mấy ai?!

Khàn cổ thét vang lời tịch mịch
Nhân gian hút tắp mấy ai nghe
Vỗ đùi, vỗ tay, thay đàn, thay địch
Máu động tâm, hòa nhịp chảy tràn trề

Nam nhi hồ thỉ, ai đồng chí?
Cạn nốt cùng ta, cạn giọt sầu
Sầu nước, sầu nhà, sầu người tri kỷ
Sầu tấm thân tàn biết gởi về đâu?!

Tháng Tư Nhớ Bạn

Mài gươm mài đến bao giờ nhỉ?
Bao giờ chém chết nỗi đau xưa
Nỗi đau vẫn đó, ngày Quốc hận
30 tháng Tư sông núi ngẩn ngơ

Vẫn mãi trong hồn vầng tang trắng
Rưng rưng rượu rót lệ đời ta
Mời bạn cạn cùng niềm cay đắng
Cạn cùng kẻ lưu vong xót xa

Ta lây lất sống đời vong Quốc
Bạn ngậm ngùi yên đáy mộ sâu
Cờ Vàng phấp phới bay cùng khắp
Dân tộc mình rồi sẽ về đâu?!

Tháng Tư thương tích đầm đìa đó
Ai vội quên, tiếp rượu mời thù
Nợ nước non sông, chưa đền trả
Nỗi nhục này nhức nhối cả thiên thu

Dấu cũ quê nhà binh lửa đỏ
Vết thương chinh chiến máu còn tươi
Trai thời loạn vào cơn binh lửa
Chuyện tử sinh coi nhẹ như chơi

Tháng Tư nhớ nước, không quên bạn
Nén hương thắp vái vạn hồn thiêng
Rượu nhục âm dương xin cùng cạn
Âm dương còn nhớ một lời nguyền

Cúng bạn không xôi, không hoa quả
Bằng hứa, nguyền về dựng ngọn cờ
Ví phải kiếp này không thành được
Xin máu xương nằm đó với cõi bờ

Mẹ Và Mùa Xuân

Thời gian qua như dòng sông trôi
Mẹ ơi! Con đang sống xa xôi ngậm ngùi
Từng mùa Xuân qua, theo vạt mây bay
Vương lên mái đầu bạc màu năm tháng

Con như chim én không có mùa Xuân
Thân lữ thứ mang hồn lưu vong
Như sương khói tan vào mênh mông
Nhớ thương, thương nhớ ngập lòng

Mẹ đợi từ Xuân này sang Xuân khác
Từng ngày chất chồng thương nhớ mong
Thân héo hắt khô theo dòng nước mắt
Mẹ buồn, biền biệt buồn, đi vào cõi vô cùng

Mẹ ơi! Khi mãi mãi không còn được gặp Mẹ
Là mãi mãi như không còn mùa Xuân
Là mãi mãi còn lại đời buồn tênh
Mất mẹ rồi! Không còn gì sánh bằng

Nước ròng, rồi nước lớn.
Trăng khuyết, trăng lại tròn
Xuân đi, rồi Xuân đến.
Mẹ đi, Mẹ về đâu?!

Anh Còn Có Em

Cuối cùng, dòng đời qua vẫn qua
Thời gian không dừng lại
Đôi lần ngắm lại ta
Cơ hồ như chiếc lá
Thương cành cũng rời xa

Cuối cùng, dòng đời trôi vẫn trôi
Mùa Xuân hoa vẫn nở
Thu về lá vàng rơi
Cảnh Đông trơ gió tới
Ve reo Hè chơi vơi

Quê hương đã rời xa
Đời người sẽ dần qua
Ngỡ ngàng bạn thân đã
Lỡ cung đàn lời ca
Mỗi người nhìn mỗi ngả

Cũng may còn có em
Nắng vàng đóa Hồng thơm
Môi hồng nào nụ ấm
Ta bên ta êm đềm
May anh còn có em

Người Lính Cộng Hòa

Anh vẫn thế, vẫn hào hùng kiêu hãnh
Ngoài chiến trường anh dũng xông pha
Phần thân thể máu xương dâng Tổ Quốc
Giữ ngọn Cờ thiêng, Cờ chính nghĩa sẽ thắng gian tà

Anh vẫn thế, vẫn một lòng vì nước
Lưu vong xứ người, chờ quang phục quê hương
Thời gian phôi pha, tuyết sương thân héo hắt
Lòng chờ trông, Tổ Quốc gọi lên đường

Anh người lính oai hùng năm xưa đó
Chí cả dọc ngang, nguy hiểm không sờn
Vận nước đảo điên đành tan hàng buông súng
Đầu vẫn ngẩng cao, lệ thống hận rỉ trong tim

Anh người lính Cộng Hòa xa Tổ Quốc
Cờ Vàng uy linh bay rợp xác hồn
Cờ Vàng tung bay rạng ngời cùng khắp
Cờ Vàng còn bay là còn Việt Nam

Anh người lính Cộng Hòa không bao giờ chết
Giống Lạc Hồng vẫn nhắc nhớ tên anh
Người nằm xuống, người đứng lên lớp lớp
Anh người trai hùng đi viết sử xanh

Anh chiến đấu vì trường tồn nòi giống
Vì Tự Do vì Độc Lập,
Vì Việt Nam muôn năm!

Vàng Lá Thu Xanh

Ta Còn Nhau

Êm như nắng, mềm như mây
Em bên ta, óng mượt bên trời này
Gió thoảng sương tan bờ mi
Hồng môi cong, trời xanh trong mắt biếc

Ai đếm được bao tha thiết
Vòng tay nhau quấn quýt đến không cùng
Biển mênh mông, sóng chập chùng
Mặc hệ lụy, thuyền yêu êm lướt tới

Lời thanh thoát, trong như suối
Ánh hồng lên bừng chói lọi trong tâm
Những tai ương, những lỗi lầm
Và bóng tối chưa bao giờ ló dạng

Ngày tháng hiền như kinh thánh
Phúc âm đầy cành trổ nhánh yêu thương
Ta bên ta xây đắp thiên đường
Siêng chăm bón cho vườn yêu hoa thắm

Khoảnh khắc thôi mà vô tận
Hãy giữ gìn để thơm mãi với thời gian
Đừng mong manh như sương tan
Lừng lững đấy như non cao, biển rộng
Ta còn nhau, còn cuộc sống

Thượng Đế Gần Hay Xa

Nhìn về phương Đông u uẩn mắt sâu
Thái Bình Dương biển sóng dạt dào
Chắp tay nguyện cầu chờ Ngài cứu chuộc
Mây xám mịt mùng sao lạ nơi đâu

Ước mơ âm thầm tan theo sóng cuộn sóng ngầm
Nhớ thương thương nhớ lạc vào vô tâm
Dân tộc ngàn năm, hồn dã tràng xóa xây, xây xóa
Đến bao giờ có được hạnh phúc Tự do

Ước vọng trông chờ ngàn năm hoá đá
Quan san chinh nhân đi mãi đến bao giờ?
Toàn dải gian sơn mịt mùng thảm họa
Chí lớn không thành, tan tành hạnh phúc niềm mơ

Xác hồn nguyện hiến dâng cho Tổ Quốc
Mong ơn cứu chuộc ban xuống giống nòi
Vang vọng kinh cầu ngàn năm không dứt
Bách hại tù đày, quỷ dữ lên ngôi

Thượng Đế khắp mọi nơi, Thượng Đế xa vời
Triệu khói hương trầm, ngàn chuông ngân nga
Dân tộc ngàn năm, ngàn năm chới với
Thượng đế ơi! Ngài ở gần hay xa?

Vàng Lá Thu Xanh

Thiếu Nữ Dạo Vườn Thu
Tranh sơn dầu trên bố của hoạ sĩ Nguyễn Sơn

Lan Cao

Họ tên: Cao Hữu Báu
Quê quán: Nghệ An.
Sinh năm 1937
Vào Saigon 1954
Cựu giáo sư Trung Học
Định cư tại Houston, Texas, Hoa Kỳ 1985

Tác phẩm đã xuất bản:
- Thi tập "Áo Nắng Quê Hương"
- Thi tập "Thắp Đời"

Thành lập nhóm Bèo Mây và in chung 20 thi tập "Hoa Đất".
Ở Hải ngoại đăng thơ rất nhiều trên các báo Việt ngữ.
Hiện nay vẫn tiếp tục sáng tác.

Nét thơ Lan Cao

Lời bình trong tập thơ Hoa Đất

Mấy ai đã quan sát một cách tinh tế, kỹ càng, và sáng tác thơ về Bèo Mây, có sự gắn bó bền chặt, khắng khít với nhau, như giữa con người và con người, hay hơn thơ Lan Cao? – một trong những nhà sáng lập chủ đạo, đã cùng bạn bè khai sinh ra một cái tên dân dã, đáng yêu "Nhóm Thơ Bèo Mây"?

Lan Cao hiện đang định cư ở nước ngoài, thỉnh thoảng mới về thăm quê hương một lần, nhưng vẫn thường xuyên quan tâm đến sinh hoạt của Nhón thơ Bèo Mây, và luôn gửi những bài thơ mới nhất, hay nhất của mình về giao lưu hoặc tặng các bạn thơ vào những dịp sinh nhật hay đón mừng năm mới.

Mỗi dịp về thăm quê hương, dù bận công việc đến mấy, Lan Cao vẫn gắn thu xếp thời gian tổ chức gặp gỡ bạn bè, giao lưu thơ ca với các thi huynh thi hữu, thoả được niềm vui sau những tháng năm xa cách.

Thơ Lan Cao sáng tác với số lượng tương đối khá, rất khác biệt, luôn mới lạ về ngôn ngữ và đạt phẩm chất khá.

Những vần thơ luôn chứa đầy tính lãng mạn về tình yêu quê hương đất nước, khi nhìn núi núi có tình; khi nhìn sông sông có nghĩa... đã góp phần đưa thơ Lan Cao lên tầm cao mới.

Lan Cao nhìn ai cũng như thấy thấm đậm tình người. Ông nhớ quê hương đến da diết trong lòng; nhớ từng ngọn cỏ lá cây đến dòng sông quê êm ả.

Đọc thơ ông, đôi khi thấy buồn, nỗi buồn man mác lặng lẽ theo chân người đi khắp các nẻo xa, với hy vọng sẽ đạt được ước mơ cao đẹp cuộc đời, mà ai ai cũng suốt đời phấn đấu, ước mơ...

Đọc những vần thơ dưới đây, người ta có thể hiểu thêm một con người đa cảm, một tấm lòng nhân ái đầy chất thơ cao đẹp của ông.

Bèo Mây

Bèo Mây đâu phải phù vân (1)
Nổi trôi tìm bạn xa gần mà thôi
Mây bay theo gió của trời
Bèo trôi trên nước đầy vơi sông hồ

Ta đi chung một chuyến đò
Mới nghe hết ý nhỏ to mây bèo
Thương nhau trăm núi cũng trèo
Ngàn năm tan hợp vẫn Bèo vẫn Mây

Nắng mưa mây cũng cùng bay
Bèo trôi mặt nước bùn lầy cách xa
Hoa thơm nào cũng phôi pha
Ngàn năm bèo vẫn là hoa không tàn

Dù mây thoáng hợp rồi tan
Bởi mây chuyển áng mây thơm cho đời
Bèo trên nước, mây dưới trời
Dù trôi dù nổi đời đời gần nhau./-

----

(1) Bài thơ được nhạc sĩ Châu Kỳ phổ nhạc 2004

Đôi lời cảm xúc
(Nhân ngày giỗ Đại tá Phạm Văn Phô)

Một chiến hữu dâng anh lòng cảm xúc
Cùng anh em cúi mặt với chia ly

Anh còn đây
Lon Đại tá còn đeo trên vai áo
Tình yêu em, yêu lính ngút ngàn
Dưới mộ tịnh yên
Ôm hồn thiêng nhang khói
Ngày giỗ anh
Cháu con cài hoa lệ trắng
Bàn tay già, em làm khăn lau mắt
Từng đêm buồn, tóc trắng nguyện lời kinh
Anh ôi! Anh ôi!

Và chúng tôi
Chiến hữu ngày xưa vương vấn
Thời gian đã trắng với thời gian
Đứng quanh anh, không mặc đồ quân phục
Nhưng tình người, tình lính lưu vong
Tĩnh lặng
Trong sâu thẳm, chất đầy nỗi nhớ
Lính không khóc
Anh còn mãi trong lòng

Chắc anh không bỏ chúng tôi
Một mình đi vào viên mãn
Nhưng thực tình, đồng đội đã mất anh
Người Quân Báo, người chỉ huy đôn hậu
Đã một thời sống chết bên nhau
Giờ mất hút
May còn trong ký ức
Nhiệm vụ chưa xong
Đất nước khổ còn chờ

Ngày giỗ một năm
Anh Đản, anh Thực, anh Thanh
Gọi anh em, "Giỗ Đại tá mình"
Tháng Tư đen còn đen
Quê hương khổ vẫn còn đau khổ
Ngôi mộ làm thinh
Dưới lòng đất mong manh hồn nhớ
Xin cúi đầu cùng chị đọc lời kinh

Houston, ngày giỗ 1/4/2018

Cây thời gian

Mười bảy
Tuổi xuân thì chị em Trưng Vương
Giết Mã Viện
Giữ giang sơn độc lập

Mười tám
Chí anh hùng Quang Trung linh kiệt
Trận Hà Hồi
Tiêu diệt đại quân Thanh

*

Tình giọt đắng
Tân niên bình chuyện cũ
Kể nhau nghe trận đánh thư hùng
Tết Mậu Thân
Bình Long
Quảng Trị
Thương bạn bè, nhớ lính với quê hương

*

Bốn ba năm
Ngôn ngữ lính, nụ cười của lính
Bó đũa anh em, cột chặt tình người
Mình xúm lại
Mời nhau ly cà phê nóng
Giữa thời gian mòn mỏi trắng thời gian

*

Dấu tích cũ
Không nhoà trong ký ức
Đồng đội anh em đâu kể trong ngoài
Cái nón sắt, đun sôi vội vã
Nấu lá sim, lá vối làm trà
Chuyền nhau uống trên đầu đạn pháo
Trái tim thề diệt bọn yêu ma

*

Ly cà phê trước mặt
Đón xuân sang, giọt đắng môi buồn
Anh em còn lại mấy?
Trên đất người rong đuổi gió hoàng hôn
Một ước mơ
Đêm Noel, thơ về lại phố
Thơ tình yêu
Đọc nhau nghe bên hang đá
Chừ già rồi
Lính vẫn mãi yêu em.

30/12/2017

Giây phút cuối

Giây phút cuối bao giờ cũng vội
Như mặt trời rang chín trái hoàng hôn
Nhớ nhớ, quên quên, ngọn cỏ mất hồn
Châm điếu thuốc níu thời gian rã chết

Giây phút cuối cuộc tình ôi tha thiết
Mưa thuỷ tinh lấp trống sợi giao thừa
Đêm lở loét cơn buồn say bọt đắng
Tay em gầy tròn lại nắng đêm khuya

Giây phút cuối những điều ta muốn nói
Dòng sông kia Hương toả cánh hoa bèo
Cây khòm lưng gió cõi mang theo
Mây tụ lại lấp đi giờ phút cuối

Giây phút cuối ta ơi hồn bối rối
Phố hoang vu, thơ gãy tím môi buồn
Người đi tái mặt trời chưa cạn
Một kẽ vách sầu níu nụ hôn.

Ráng đỏ

Đến lúc hoàng hôn
Mây giăng ráng đỏ
Em bay giờ
Hỏi gió mắt xanh
Đôi gót nhỏ đạp lên buồn nắng rũ.

Là máu
Một ngày đau tích tụ lại
Em hãi hùng
Khóc ướt áo tương lai
Cúi mắt xuống
Nghe đời than hư ảo
Mắt hoang tan, gió rít hận kêu dài.

Ráng sẽ tắt
Nắng không còn đỉnh thác
Vây quanh em, tan biến lạc u tình
Anh vội vã
Gọi em vùng ráng đỏ
Tay đợi chờ, ôm nguyệt sáng lung linh.

Em tỉnh dậy
Tay còn run ác mộng
Thay áo vàng hoàng hậu Văn Lang
Than thể anh ngập tràn trăng cổ mộ
Đêm thanh bình
Chào ráng đỏ tiêu tan.

Đời như

Đời như sóng biển
Lăn vào bờ
Vỡ trắng nát hư vô
Có như ta?
Không!
Xin làm ly rượu
Rót cho nhau uống cạn mơ hồ

Đời như cơn gió
Lượm hết mây trôi
Mặt trời vàng thả nắng
Thắm thiết đời áo mỏng trái tim em
Riêng anh
Một mình em là đủ
Để đêm nay cười trăng say
Gương mặt ngố
Yêu chưa quen lấp ló ở sau rèm

Đời như con thuyền mộng
Chở hồn
Thoát bến nhân sinh
Bỏ hoàng hôn đỏ
Uống vội vàng, ảo giác chén mắt em
Ta gọi trăng
Đừng lấm lét
Tới trễ trước khi hoàng hôn chết
Đời như thuyền
Rong chạy trước đêm đen

Đời như ta
Ta như đời

Như đất, như trời vỡ nắng và mưa
Tuổi cao niên tóc trắng, da mồi
Ta sẽ mất hút
Còn đời ở lại
Hoặc áo thơ ta rong hát với người.

2017

Thôi thì

Thôi thì mình bỏ đi xa
Buồn như trăng ngậm mây già mùa đông
Quay đầu nhìn núi hôn sông
Ô kìa em khóc mà lòng anh đau

Thôi thì gói lại cơn sầu
Chôm bên lưng phố ngàn sau nhớ người
Phận bèo là kiếp nổi trôi
Anh con thuyền nhỏ rong đời vì em

Thôi thì tiếng quốc kêu đêm
Lời ru trăn trở khêu đèn làm thơ
Vội vàng khêu dậy cơn mơ
Trong vùng tóc trắng đợi chờ gió mai

Đăm chiêu nghe tiếng thở dài
Trăng khuya cởi áo cọ mài lên môi
Nhớ thương từng cái qua rồi
Anh ơi kể lại em ngồi lắng nghe

29/10/2010

Tương Phùng

(Thân tặng buổi hội ngộ Bèo Mây)

Hội ngộ Bèo Mây đón bạn thơ
Xa xôi ngồi đứng vọng tin chờ
Nghe ly lục bát giao duyên cảm
Nhận chén Đường thi đối ẩm thơ
Tâm sự cùng trao cơn tuý mộng
Tiếng lòng điệp khúc gió tương tư
Mà nghe cảm chén tình thân hữu
Thẩm thấu loang xa một cõi bờ

8/4/2011

Ao xưa

Ta về tắm lại ao xưa
Xin tóc đừng ướt cho mưa đậu nhờ
Tình em mắt ngọc lụa thơ
Tặng em lan trắng, gió chờ nụ hôn

Nghiêng

Nghiêng vai lách hạt mưa trời
Trong vườn muỗi đỏ em ngồi chờ trăng
Đuổi mâu đuổi gió vây quan
Ta ôm mộng lớn như tranh vẽ vời

Nhật ký

Trang nhật ký
Anh viết hoài hai chữ
Yêu em
Nhưng em đọc, đọc hoài chẳng hết
Vì anh còn đang viết
Viết mãi chữ "yêu em"./-

Đêm tưởng nhớ

Đêm xưa
Đá ngủ giật mình
Sao khuya chụm nắng soi tình trời cao.

Đêm qua
Gãy cánh chiêm bao
Lạc đàn du tử chìm vào biển hoang.

Đêm nay
Đón Chúa Thiên Đàng
Áo xiêm vệ nữ rụng vàng thế gian.

Đêm nào
Mừng đón bình an
Chúa ơi! Con khóc hồng nhan rã mòn.

Đêm kia
Con Rắn hoàng hôn
Nát thân từng khúc, mưa hồn Thánh ca.

Đêm mừng
Con mẹ sinh ra
Đất trời nối nghĩa chân hoà tình yêu.

Trái cấm không tên

Lượm đời trên nụ môi trần thế
Trái cấm không tên cám dỗ người
Năm ngón Eva nâng tội lỗi
Cơn say quên hết nghĩa đất trời.

Từ đó ôm hồn lăn sỏi đá
Vương sầu mắt lệ khóc đêm qua
Khóc mãi, bây giờ còn vẫn khóc
Vỡ nát tình yêu, vỡ mộng già

Đêm nay ai hát bài Thánh ca
Sao rụng trên đồi máng cỏ xanh
Phố ấy quên rồi giấc ngủ trắng
Trận đòn cai ngục có hung hăng

Địa cầu bỗng sáng như tinh tú
Gỡ trái cấm buồn khỏi thế gian
Soi tìm thiện chí ban ơn Thánh
Nhưng ơi! Thiên hạ thực hung tàn.

Nhớ chuyện ngày xưa thành lửa đốt
Bây giờ cũng vậy kiếm không ra
Một người cầu nguyện bên hang đá
Muôn vạn người đang tính chuyện tà

Chú ơi! Xin được thứ tha.

Chỉ còn để nhớ

Tay nâng ly rượu buồn không nhắp
Từng ánh mây trôi chẳng một lời
Gió tạt qua đây rồi biến mất
Một trời tĩnh lặng, một mình tôi.

Cảm sầu nến khóc rơi từng giọt
Chạnh buốt tâm hồn kẻ lão niên
Năm tháng trườn qua tóc gục trắng
Tuổi già sức yếu phải dừng chân

Bạn bè một thuở đi gần hết
Con cháu xa xôi chẳng đứa gần
Đong đời nợ nước chưa cân đủ
Bài thời dang dở đối không vần

Bâng khuâng lão sĩ xoay ly rượu
Rượu chỉ mình ta, rượu lạnh lùng
Đối gương mời bóng ngồi chung chiếu
Một chút tâm tình, chút thuỷ chung

Có phải cô đơn hay ẩn dật
Thầm lặng mà nghe chuyện đã rồi
Lật trang còn dấu đời năm cũ
Từng giọt sầu rơi cảnh mỏi mòn.

Không có anh

Không có anh
Em chỉ là hư ảo
Tóc mặt trời, đen rủ bóng hoa đêm
Mây giọt buồn rơi quanh hồn quạnh quẽ
Đá cô đơn trĩu nặng trái tim mềm.

Không có anh
Vườn tình em buốt giá
Bọt bia thầm chìm đáy hóa men chua
Đàn ngơ ngẩn vu vơ không nhịp phách
Môi khô dần đến nhớ mãi dù hào.
Môi khô dần đếm nhớ mãi dầu hao.

Không có anh
Tên em như đã chết
Sông cạn rồi bèo phải héo mà thôi
Vần lục bát trầm hương vào ngõ rẽ
Điệu dân ca khắc khoải gió luân hồi

Không có anh
Trống Mê Linh ai đánh
Kèn thúc quân im bặt chốn sa trường
Phố hệu hắt chấm than sầu vời vợi
Áo chinh nhân gói lại đợi vô thường

Không có anh
Lời ca em lỗi nhịp
Ngơ ngẩn nhìn, hát để được ai nghe
Đời nghệ sĩ tơ tằm như đã chết
Khóc một mình, khóc mãi suốt cơn mê.

Không có anh
Thế gian này gỗ mục
Em rã hồn lửa nắng đốt tương tư
Phải có anh, thiên đàng yêu mở cửa
Hai đứa mình trọn kiếp một bài thơ.

Thu gợi nhớ

Em gọi thu
Mùa thơ lãng mạn
Viết tình yêu, mặt nguyệt xinh tròn
Lung linh vùng cảm giác
Thoáng hương xưa từng nụ hôn vàng.

Anh ngồi bên cạnh
Tĩnh lặng nghe hồn em ký ức
Một thời con gái
Mộng mơ nhiều vườn lục bát ươm xanh
Tay em nhẹ, trên vai anh gầy guộc
Đêm khuya vàng nhìn lá đổ rơi quanh.

Em ơi
Tắt đèn nắng, vặn đèn trăng
Mùa thu trở lại
Nga thì thào đếm tuổi ô mai
Áo trắng nâng tóc dài rạo rực
Gió rải nụ cười
Tây học trò xếp lá trái tim anh.

Hơi thở em căng phồng ngực trắng
Gọi hồn Thu lên đỉnh nguyệt tròn
Thu gợi nhớ
Tỉnh mau anh giấc ngủ
Mối tình đầu đừng lạc giữa sông trôi
Ly rượu, chiến trà ai xô ngã
Ta biết rồi
Trăng thấy rõ khúc nôi.

Mộ Đất Đoạn Trường

Nghĩa trang gió thở thì thào
Nỗi đau quặn thắt, mắt trào lệ đen
Góc nào tĩnh lặng cơn điên
Cầu kinh bật khóc, ưu phiền vực sâu.

Dư âm từ mộ Cha sầu
Lời trăng trối nhắc nhiệm mầu tình yêu
Cơn mưa nhỏ hết nắng chiều
Xann xao cỏ úa hoang liêu bia già.

Nhớ lúc con lọt lòng ra
Lớn nghe mẹ kể lòng cha vui đầy
Ẵm bồng với nụ hôn say
Mắt nhìn biển rộng, đất dày tương lai.

Chừ con vai rộng thân dài
Nghĩa ân chưa trả, vội ngày biệt ly
Đăm nhìn trước lúc ra đi
Nắm tay cha bảo, "Sống vì quê hương."

Công ơn suối chảy miên trường
Dẫu trong huyệt lạnh vẫn thương con mình
Với sông, với núi lung linh
Và trong lòng đất thắm tình của cha.

Hôm nay quỳ trước mộ già
Nén nhang còn thắp, hương hoa dâng bày
Vâng nghe lời dạy cha đây
Biển đông gió lặng, núi cây xanh đời.

Trên Cánh Đồng Lúa Vàng
Tranh sơn dầu trên bố của hoạ sĩ Nguyễn Sơn, Germany

Như Phong

Tên thật: Nguyễn Phụng
Các bút hiệu khác: Làn Việt Kiếm
Hiện định cư Dallas, Texas
Thơ, văn, thư pháp

- Hội viên Văn Bút Nam Hoa Kỳ từ 2002; Cụm Hoa Tình Yêu, 2005; Văn Đàn Đồng Tâm 2007; Diễn đàn văn học Trầm Hương 2001.

- Giải thi thơ thế giới, (cụm hoa tình yêu tổ chức, CA 2007)

Tác phẩm đã xuất bản:
Lạc Nguồn, thơ (2006)
Dấu Chân Du Tử, thơ (2008)
theo dấu tình nhân, CD thơ
cuồng ca CD thơ

Sẽ xuất bản:
Trường Ca Của Biển, thơ

Đêm Rượt Bắt Hư Không

Đêm thức trắng
Ngõ đời sao hoang vắng
Đường trần gian sỏi đá cũng rong rêu
Ta lãng tử bước chân đời đã mỏi
Đêm mù khơi ngồi hoá đá ven đường
Em chợt về giữa cơn mơ huyền hoặc
Ta vươn tay chộp bắt bóng hư không

Đêm trắng xóa một màu tang trắng xóa
Người với người phút chốc hóa hư vô
Gió giao mùa ru buồn hồn phiến lá
Xanh xao gầy trên đỉnh gió cô đơn
Còn nỗi nhớ nào thoi thóp từng cơn
Đêm hoang vu nghe hồn quyên réo gọi

Bước chân hoang lạc loài riêng nỗi nhớ
Lạnh nhân gian mù mịt cõi đi về
Cuộc tình sầu tương tư dài lê thê
Ta trú thân giữa trần đời oan nghiệt
Thờ phượng em một tình yêu bất diệt
Trái tim ta vừa quấn mảnh tang buồn

Đêm sâu thẳm ngồi nhớ em rất nhớ
Gọi hồn nhau rờn rợn tiếng vô hồn
Bước chân nghiêng nghe trái tim thổ huyết
Tình yêu nào bất chợt hoá cơn điên
Đi về đâu giữa đêm tàn oan nghiệt
Hơi thở xanh xao giữa cõi u miên.

Mùa Lá Rụng

Đêm nay gió gọi thu về
Sương rơi trên tóc tứ bề lạnh tanh
Ngồi xem trời đất xoay vần
Mà nghe thấm lạnh chiếc thân khô cằn

Vừa nghe chiếc lá trối trăng
Như tình em, đã nhuộm khăn tang buồn
Thả hồn lạc bước chân hoang
Lẻ loi cánh nhạn về phương trời nào

Gọi nhau, khan cổ gọi nhau
Đêm thu vằng vặc một màu buồn tênh
Rượu cay, không ấm lòng mềm
Đợi em từ thuở trăng lên cuối trời

Nhặt về chiếc lá vàng rơi
Vội ghi vớ vẩn một lời tình suông
Phố đèn rụng ướt mưa sương
Tim ta rụng những giọt buồn nghe đau

Lưng trời tiếng nhạn gọi nhau
Ta nâng cốc rượu đượm màu chia ly
Thu về cánh nhạn thiên di
Ta ngồi tống tiễn, biệt ly mấy mùa

Ta Thấy Rồi

Canh cánh bên lòng chuyện nước non
giang sơn giày xéo bởi hung tàn
ta người có nước không về được
cúi đầu nhìn quốc phá gia vong

viễn địa lòng đau như xẻ thịt
trông về cố quốc ruột gan bầm
hỡi ơi...! Máu sôi tràn huyết quản
thương cho đời tóc đã hoa râm

qua vài năm nữa nòi giống Việt
cúi đầu nô lệ giặc ngoại xâm...!
ta thấy máu người con giống Việt
chảy thành dòng trên khắp núi sông

ta thấy xác thây người giống Việt
chết ngổn ngang trên khắp ruộng đồng
ta thấy bé thơ trong trường học
đang ê a nét sổ, nét ngang... (học chữ tàu)

ta thấy Mẹ cơ cực lầm than!
còng lưng tìm cơm nuôi thằng con phản bội
ta thấy rồi ruộng nương cằn cỗi
chúng cướp sạch rồi mảnh đất tổ tiên

ta thấy rồi một loài cướp biển
máu ngư dân trôi nổi bồng bềnh
ta thấy rồi giống nòi tuyệt lộ
chết dần mòn chẳng được an nhiên

ta muốn trở về làm một người điên
thét vào mặt lũ hèn buôn dân bán nước
ta muốn trở về ôm bom đi trước
nổ tan tành cái ổ quỷ, hang ma (ba đình)

cộng đảng kia chính là đảng gian tà
là ác quỷ là một bầy giặc cướp
ta sẽ trở về ngẩng cao đầu đi trước
cho giống nòi thức dậy bước theo sau

hỡi anh em, chiến sĩ, đồng bào!
chúng ta chỉ có một lần để chết!
máu ta đổ cho hồn thiêng núi bể
máu ta đổ cho đất nước trường sinh

đồng bào ơi! Hãy thức dậy vươn mình
nắm chặt tay nhau thành tường đồng vách sắt
góp một bàn tay mà truy lùng bắt giặc
chúng nó chính là cộng đảng việt gian

chúng nó chính là cộng sản Việt Nam!

Vàng Lá Thu Xanh

Biển Vẫn Tương Tư

*Bao năm rồi ta trở về với biển
biển vẫn xanh và sóng vẫn rì rào
vẫn gió bấc lạnh lòng người nhân thế
vẫn sương giăng trên lối cũ đi về*

*bao năm rồi em rời xa cõi tạm
nhưng vẫn còn ray rứt trái tim đau
bao năm rồi em rời bỏ cuộc chơi
mà sóng biển vẫn muôn đời sầu muộn*

*tiếng sóng vỗ nghe như lời tình tự
lời trối trăng ly biệt một cuộc tình
dấu chân trần hằn sâu trên cát lở
và tình nào muôn thuở mãi xót xa*

tiếng sóng thì thầm như khúc tình ca
nghe nức nở như lời thơ trăn trối
em như làn mây rong chơi rất vội
đường nhân gian đau lắm gót chân trần

bao năm rồi tựa như giấc phù vân
ta lại về trên niềm đau ngọt lịm
gió bấc lạnh vạt hoàng hôn chiều tím
gọi tên em trên từng nhánh trăng suông

bình an nhé...! Nơi muộn phiền không đến
cõi vô ưu nên em rất ngọc ngà
ở nơi nầy, trần thế, một mình ta
vẫn tương tư một cuộc tình cổ tích

vẫn là em, vẫn dung nhan ngà ngọc
vẫn đi về huyền hoặc giữa đường trăng
và sóng biển vẫn thầm thì muôn thuở
bao năm rồi...! Ttình biển vẫn tương tư

(đã phổ nhạc)

Đêm... Lệ Vỡ

Lá trối trăng!
lời biệt khúc
gió thì thầm lời chia ly!
mây trôi về nơi vô định
mưa sụt sùi khóc tình chia ly

ngồi đê đầu tưởng niệm
em về tựa vạt trăng
đêm vô cùng!
rong rêu nỗi nhớ
hồn theo mộng đi hoang
buồn về trên ánh mắt
men rượu cay vành môi
từng bước nhọc nhằn lê dấu chân đời
bất chợt... ánh sao rơi!

lung linh ánh nến
ta thấy em về trên đỉnh yêu đương
bàn tay không kịp bắt
vuột mất một vì sao
cúi đầu...!
nghe lệ vỡ trên tay!
đêm vô cùng... nhân gian
tiếng côn trùng!
tụng niệm
tấu khúc nhạc chia ly
đêm hoang vu...!
thả hồn theo những vầng thơ bay
ta say...!

Trả Lại Ta Núi Sông

Từ trong lòng biển gọi
tiếng thét gào ngàn năm
từ trong lòng đất Mẹ
từng giọt máu rỉ bầm
Ôi! Giống nòi Tiên Long
Ôi! Máu xương tiền nhân
từ vua Hùng dựng nước
hùng cứ bốn ngàn năm
giang sơn riêng một cõi
thịnh suy vẫn một lòng
vua tôi cùng giữ nước
Diêng Hồng hội lừng danh
vua tôi cùng "Sát Thát"
Bạch Đằng rồi Hàm Tử!
Vân Đồn lại Chương Dương!
Chí Linh qua Vạn Kiếp!
làn Việt kiếm tung hoành
giặc thù sợ khiếp vía
chui ống đồng trốn nhanh
đứa trôi theo dòng nước
đứa bỏ xác rừng xanh!
Rồng lượn trời nước Việt
về định quốc Thăng Long
từ cờ lau vạn thắng
Đinh Lý Lê Trần Nguyễn
hồn sử Việt lưu danh

nay thằng con phản bội
quỳ lạy lũ lưu manh

đem giang sơn dâng giặc
phá đất nước tan tành!
loài việt gian cộng đảng
tội ác đã rành rành!
bàn tay đầy máu đỏ
khủng bố và gian manh!
mai này dân đứng dậy!
đánh chúng bây tan tành
tội mưu toan bán nước
tội chuốc độc dân lành
tội phá tan văn miếu
tội thờ giặc làm cha
tội láo lường dân tộc
tội cướp đất cướp nhà
tội ác hèn nhu nhược....!
giống nòi sẽ không tha
sẽ tru di tam tộc
lũ nhận giặc làm cha!
chúng chính là cộng đảng
chúng là bọn gian tà
đồng bào ơi...! Đứng dậy
diệt giặc cứu Sơn Hà
giống nòi ơi! HÀNH ĐỘNG
biến sợ hãi thành bom
nung trái tim thành lửa
hãy quắc mắt nhìn thù
nhìn thẳng vào mặt chúng
ta đòi lại ruộng vườn
ta đòi lại núi sông
ta đòi quyền làm người
trả lại ta quyền SỐNG!
trả lại ta núi sông!

Tiếng Lá Rơi

Đêm giao muà
nhè nhẹ tiếng lá rơi
đêm vô cùng của chia ly
gió ru lời biệt khúc!
tiết tấu buồn
trên từng nhánh... khói nhang
tiếng côn trùng hòa nhịp
hồn phách... lỡ cung thương
khựng lại... đêm hoang
vô thường!
boong... boong tiếng chuông
ta đi tìm ta trong lời kinh
tiền kiếp?
vô thường
hoá thân cát bụi
tiếng cú rúc... lời truy điệu!
người đi để giấu đoạn trường
giọt trăng rơi tan vỡ trên tay

bóng người về!
ngồi tựa mảnh trăng suông
thì thầm lời phổ độ
tỉnh thức!
tịnh yên!
tiền thân là huyền không
hiện hữu cũng là không
cõi đi về
thênh thang hương sắc
chắp tay mà đi
niệm niệm mà đi
đường nhân gian làm khách bộ hành
trăm năm như giấc mộng
chợt sắc
chợt không
chợt về giữa cõi mênh mông!

đông 2/19

Đợi Trăng Cổ Tích

Chiều nghiêng nắng
mây đi hoang
phiến lá rơi vào cõi buồn
hồn chợt như sa mạc!
từng trang tình buồn lung linh về
rưng rức giọt mưa tuôn
lành lạnh bước chân người du tử
vòng tay xưa lạc mất!
đoạn trường!

cúi đầu!
nghe tiếng lòng thì thầm
hương tóc... bờ môi ngoan!
hòa trong men rượu
đêm xuống
gió hát lời tri âm!
nghe mắt cay
lệ vỡ trên tay!
lưng trời vành nguyệt khuyết
giữa đời....! Một người say!

*tiếng kinh đêm
vọng về từ đỉnh tháp
nhạn lẽ loi!
khăn cổ gọi tình nhân
giữa nhân gian
ngồi hóa đá trăm năm
đợi vầng trăng cổ tích
bản lai
diện mục
đã phủ mờ rêu phong!*

Ru Khúc Tương Tư
viết cho QC,

Vẫn ngồi
đếm lá thu rơi
vẫn nghe từng giọt
buồn rơi trong hồn
vẫn là trăng
rụng bên thềm
vẫn em
đi giữa mịt mù nhân gian
vẫn còn vang mãi lời kinh
vẫn tương tư!
vẫn gọi thầm cố nhân!
ừ...! Thì một kiếp trăm năm
mà sao nghe đắng trên vành môi khô
cuộc chơi... bỗng thoáng mơ hồ
người trăm năm lại về từ trăm năm
vẫn là...!
một thoáng mong manh
về trong tỉnh thức
gọi thầm tên nhau
em chừ!
như gió ngàn bay
ba ngàn thế giới vẫn say đắm tình
ta chừ!
tịnh khẩu, lần kinh!
mà tương tư ấy
gọi tình... nghe đau
mai về còn có duyên nhau
đường nhân gian quàng vai nhau... đi về!

Tiếng Gào Của Biển

*Ta nghe được tiếng thét gào của sóng
réo gọi về từ biển cả xa xăm
tiếng nước non từ thuở năm ngàn năm
cá đã chết và ngư dân đang chết*

*ta nghe được năm ngàn năm tuổi Việt
anh linh về phảng phất bóng tiền nhân
vầng trăng soi ngời sáng những chiến công
này Hưng Đạo, kia Ngô Quyền giết giặc*

*ta nghe được hồn anh linh Bách Việt
dùng máu xương để dựng nước ngàn năm
máu tiền nhân thấm đẫm khắp non sông
xương chất chồng cho trường sơn muôn thuở*

nay giặc thù đang lăm le trước ngõ
lũ gian thần thì khom lưng khớp mỏ
mặc kệ cho người dân đỏ lầm than
máu ngư dân đang nhuộm đỏ biển đông

ta nghe được tiếng khóc giữa đêm đông
của dân đen từ ba miền đất nước
gạo không còn, cá muối cũng tiêu tan
biển chết rồi, chết tức tưởi trong đêm

nghe cay mắt và biết mình đang khóc
khóc cho giống nòi sống cảnh tối tăm
mai còn không con cháu giống Tiên Rồng
sẽ trở thành vong nô trên đất mẹ

mai còn không tiếng Việt Nam nguồn cội?
sẽ không còn trên dải đất quê hương
ai dạy đời sau con cháu Việt Thường
nòi giống Rồng Tiên ngàn năm huyền thoại!

Tới Giờ Rồi

*Đứng dậy đi anh! Tới giờ rồi đó
đứng lên đi em, ngoài ngõ rất đông người
đứng dậy đi chị, hãy cất lên lời
cùng nhau xuống đường đi tìm sự sống*

*này anh hàng xóm, này chị hàng rong
này anh nông dân, này anh ngư phủ
hỡi em sinh viên, hỡi chú công nhân
chúng ta xuống đường đi tìm sự sống*

*này mẹ, này em, này anh bộ đội
này chú công an, hỡi chị nhân viên
mặt trời lên rồi chúng ta xuống phố
đòi quyền làm người cho giống nòi ta*

*đã quá đủ rồi biển sông đã chết
cùng nhau xuống đường diệt lũ tà ma
cùng nhau xuống đường ta đòi quyền sống
đòi quyền làm người cho cháu con ta!*

Nếu Ta Không Đòi
Ai Trả Cho Ta

Hãy đứng lên đi ta cùng xuống phố
tay vươn cao cùng cất tiếng ca vang
hãy cùng nhau đi tìm sự sống
cho giống nòi Việt Tộc Văn Lang

đất nước này không của riêng ai
cha ông ta ngàn năm miệt mài
dùng máu xương dựng nên nước Việt
huyền sử tạo thành khúc hát ca dao

xin cám ơn anh xuống đường giữ nước
xin cám ơn chị tiếp bước theo sau
xin cám ơn em cháu con Hồng Lạc
hãy đứng lên đi quắc mắt nhìn thù

cùng nhau xuống đường đi tìm sự sống
bắt lũ nhục hèn trả lại non sông
cùng nhau xuống đường ta vì nòi giống
thù trong giặc ngoài ắt phải tiêu vong

mỗi một trái tim là vạn trái bom
mỗi một bước chân đạp tan bạo lực
nối vòng tay lại thành bức tường đồng
cùng nhau xuống đường đi tìm sự sống

đất nước trăm năm đã thấm độc rồi
đất nước bây giờ kẻ ác lên ngôi
nếu không xuống đường đi tìm sự sống
con cháu đời sau ắt "diệt vong" rồi

đi từ Sài Gòn, đi ra Hà Nội
đi từ Nam Quan xuống tận Cà Mau
cùng nhau xuống đường đi tìm sự sống
hỡi anh em ơi! Cả nước đồng lòng

bàn tay nắm lại, triệu người như một
hãy ngẩng cao đầu dưới ánh mặt trời
nhìn thẳng mặt thù "trả ta sông núi"
trả ta núi rừng sông biển Tự Do"

trả ta ruộng đồng bình yên trong sạch
nếu ta không đòi ai trả cho ta...!

Mời Nhau
Chén Rượu Tháng Tư

Mời anh
chén rượu lưu vong
cùng nhau cạn chén
nỗi lòng nước non
tháng tư
hồn nước điêu tàn
giang sơn tức tưởi
anh hùng buông gươm
trò chơi xương máu... tử sinh!

Mời em...!
cạn chén thủy chung
mà nghe hồn nước
gọi tình quê hương
tiếng gọi từ ngàn năm Bách Việt
em nghe chăng tiếng sóng thét gầm?

Mời chị nhé...!
tháng tư về rồi đó!
mắt chị buồn còn hoen đỏ trên mi
giặc tràn vào
cướp sạch hết những gì
tương lai... hạnh phúc... xuân thì... hy vọng!
nào chúng ta... cùng cạn!
hãy say đi!
mà vươn vai đứng dậy
gọi nắng về sưởi đồng lúa quê hương

tháng tư nào...!
giặc về cướp phố phường
đưa giống nòi vào tang tóc đau thương
bởi bàn tay vô thần của loài giặc đỏ
ly rượu nầy!
xin mời anh, mời chị!
hãy cạn đi mà đứng dậy xuống đường
ta cùng đi giành lấy lại quê hương
ta cùng đi vì giang sơn vạn đại!

Mắt Em
Một Cõi Tình Buồn

Cõi buồn về đọng mắt em
Như xa vời vợi nghe mang mang buồn
Nghe như lỡ nhịp cung đàn
Như trang cổ tích tiễn nàng Huyền Trân
Cõi buồn như áng phù vân
Trôi về lãng đãng mộ phần cỏ hoang
Trăm năm ru một điệu buồn
Ừ thôi em! Dẫu muộn màng xanh xao

Buồn về gọi những hư hao
Chợt thương em giữa nhân gian lạc hồn
Thôi em trầm khúc lỡ làng
Về trang điểm lại dung nhan thuở nào
Tình xưa dạo khúc thương vay
Nắng lên sưởi ấm tim này nở hoa
Tình kia lạnh buốt mấy mùa
Tương giang mấy độ nắng mưa lỡ làng

Em về điểm lại dung nhan
Cho đời tươi nắng xuân vàng cánh hoa
Cho tim nở nụ tình xưa
Em về khoác áo lụa xưa ngọc ngà
Thôi em! ...tình dẫu chia xa
Gởi tương tư ấy theo làn gió bay
Cõi buồn... buồn những thương vay
Cõi tình cũng đã... nhạt phai lâu rồi!

Còn Nhớ Không Em
Tranh sơn dầu trên bố của hoạ sĩ Nguyễn Sơn, Germany

Nguyễn Đức Nhơn

- Sinh Năm 1943 Tại Phan Thiết, Bình Thuận, Hiện Cư Ngụ Tại Thành Phố Temple, Tiểu Bang Texas, Hoa Kỳ.
- Hội Viên Văn Bút Việt Nam Hải Ngoại, Sinh Hoạt Tại Văn Bút Nam Hoa Kỳ.
- Chủ Nhiệm Diễn Đàn Văn Học Trầm Hương
- Chủ Nhiệm Tạp Chí Văn Học Nghệ Thuật Trầm Hương Từ Năm 2005 Đến Nay.
- Chủ Biên Tuyển Tập Thơ 7 Tác Giả Miền Nam Trong Và Ngoài Nước.
- Chủ Biên Tuyển Tập Thơ 14 Tác Giả Miền Nam Trong Và Ngoài Nước.

• **Tác Phẩm:**
- Tuyển Tập Thơ Văn "Mùa Gió Bấc"
- Tuyển Tập Thơ Văn "Giao Mùa"
- Tuyển Tập Thơ Văn "Bóng Tà Huy"

Tráng Sĩ

Cát bụi biên cương mòn vó ngựa
Tóc râu một bóng nhuốm tà huy
Tráng sĩ chỉ trời vung kiếm báu
Hùng tâm tráng khí mờ chân mây

Biên cương hề! Đêm sâu hun hút
Sa trường gió lộng thổi mù sa
Tráng sĩ giật mình khua kiếm trận
Nghe trong gươm giáo khúc tình ca

Trời Nam một dải mù sương khói
Chiến trường ôi! Da ngựa bọc thây
Tráng sĩ trời Nam hề! Tráng sĩ!
Hồn thiêng sông núi vẫn còn đây

Tráng sĩ mơ về con phố nhỏ
Có người thiếu phụ bồng con thơ
Tựa cửa chờ chồng nơi chiến địa
Tháng ngày qua như chiếc thoi đưa

Cát bụi sa trường mù mịt bay
Vang vọng đất trời vó ngựa phi
Tráng sĩ Trời Nam hề! Tráng sĩ!
Ngàn năm sông núi vẫn còn đây.

Nhớ Quê

Chiều lên buồn nhớ quê hương
Nhớ con suối nhỏ em thường thường qua
Nhớ vầng ráng nắng chiều pha
Nhớ đàn cò trắng bay... và nhớ em.

Chiều lên con phố im lìm
Bỗng dưng nhớ tiếng chim bìm bịp kêu
Bỗng dưng nhớ buổi cơm chiều
Dưới giàn hoa lý gió dìu dịu đưa.

Chiều lên ngồi ngó vu vơ
Ngó con dốc nhỏ nằm chờ xe qua
Bỗng rưng rức nhớ quê nhà
Nhớ bầy đom đóm lập lòe đêm đông.

Chiều lên ngồi nhớ hương đồng
Nhớ bờ tre tiếng chim còng cọc kêu
Nhớ đêm nghe tiếng sáo diều
Nhớ hàng so đũa lá đìu hiu rơi...

Bến Đợi

Sông nước chiều thu gợn sóng buồn
Mây trời bảng lảng, bóng chiều buông
Thuyền em đỗ bến phương nào nhỉ?
Có nhớ quay về thăm cố hương?

Lầu nước buồn hiu đứng đợi em
Bến xưa chiều xuống phố lên đèn
Thuyền đi bỏ lại dòng sông vắng
Bỏ lại bao mùa trăng ấm êm

Chiều xuống Mường giang nước lững lờ
Mấy mùa sương khói dệt thành thơ
Màu hoa phượng thắm đâu rồi nhỉ?
Chỉ thấy hoa tàn rơi xác xơ

Thuyền đi, đi mãi không về bến
Cốc rượu giang hồ cũng ngấm say
Có biết bao mùa hoa phượng nở?
Và biết bao mùa hoa trắng bay?

Tượng đá đìu hiu đứng đợi ai
Bến xưa ngày ngắn nhớ đêm dài
Người đi - đi mãi - người đi biệt
Có biết trên đầu tóc lén phai!

Bóng Thời Gian

Hưng phế ngàn năm giấu mặt
Cổ kim luận tội anh hùng
Trái đất ngàn năm què quặt
Sao khuya rớt giữa muôn trùng

Hình nộm mặc áo long bào
Xua tay đuổi bầy ngạ quỷ
Mặt nạ ngàn năm giấu kỹ
Bùa mê rải khắp tinh cầu

Mặt đất khép kín hà đồ
Lạc hồn bùa mê thuốc lú
Ngậm ngải đi tìm quá khứ
Rừng xanh áo vải khăn sô

Tượng đá cúi mặt ngủ vùi
Hình như một lần mở mắt
Cát sỏi bầm gan tím mật
Giật mình khép vội con ngươi

Trống đồng phù điêu bỏ phế
Hưng vong tuổi đất dậy thì
Nhật nguyệt ô đề bạch thố
Lần tay tính tuổi sao Vi.

Đường Vắng

Ta ngồi trên lưng ngựa
Mang kiếm sét giày cùn
Gõ nhịp trên đường vắng
Bóng chiều bay mông lung

Lũ quạ xòe cánh mỏng
Lượn quanh bờ chiến hào
Quạ kêu vang rừng núi
Còn tanh mùi binh đao

Rừng giáp rừng hiu quạnh
Ta hát bài sơn ca
Núi rừng vang tiếng vọng
Chim giật mình bay xa

Cũng bày trò chiến quốc
Cũng hợp tung liên hoành
Bủa vây trùm trời đất
Trò chơi còn mới toanh

Con ngựa già đuối sức
Ta thấy lòng quặn đau
Con ngựa già ngã gục
Ta nát cả tâm bào

Ta lột giày vất kiếm
Ném mũ cởi chiến bào
Một mình trên đường vắng
Ta và ta dìu nhau!

Ta cười vang cười ngất
Bầu rượu cạn từ lâu
Bỗng dưng ta muốn khóc
Khóc đến tận ngàn sau!

Sau Mùa Chinh Chiến

Anh bỏ đi rồi tôi ở lại
Chờ bao oan nghiệt trút lên đầu
Tôi vẫn đứng giữa một trời ly loạn
Tàn chiến chinh mùa nắng lửa mưa dầu

Chiều hun hút giữa rừng thiêng nước độc
Đêm uy linh nhờn nhợn tiếng ma Hời
Từng giọt máu căng phồng bầy muỗi đói
Tôi bỗng sởn da, bỗng rợn người

Đêm về lạnh lẽo đêm Cà Tót *
Hiu hắt mưa khuya tạt chiếu nằm
Núi rừng vây hãm người thua cuộc
Văng vẳng từ xa tiếng hổ gầm

Những bước chân đi thật não nề
Mây mù che kín nẻo sơn khê
Bao nhiêu chiếc bóng vô hồn ấy
Sáng sớm ra đi chiều lại về

Rồi lại bao mùa nhớ đến ai!
Rồi lại bao nhiêu tiếng thở dài
Cái gô và chiếc quần bao cát
Nó lại cùng ta đứng giữa trời!!!

* Địa danh khu rừng núi nguyên sinh
giữa Bình Thuận và Lâm Đồng

Điền Gia Lạc

"Bạch đầu nhân túy
Bạch đầu phò, điền gia lạc" *
Cái thú điền viên
Hai thằng đầu bạc
Bê rượu ra sân
Chén tạc, chén thù
Ngửa mặt lên trời
Cười đến ngất ngư
Xem thế sự
Như trò chơi con trẻ!

Cạn chén đi anh
Bọn mình say một bữa
Để thấy đời còn đẹp biết bao!
Mái tóc hai thằng
Bạc trắng như nhau
Như những đám mây chiều
Trôi lãng đãng

Đàn vịt rỉa lông trên bờ ao cạn
Đàn gà con bươi rác sau hè
Chạy quanh sân
Đàn trẻ nô đùa
Giàn bầu, mướp
Cũng đơm hoa, nở nhụy
Cạn đi anh
Bọn mình say túy lúy
Để nghe đất trời
Thở nhịp thiên nhiên

Hãy quên đi
Những chuyện não phiền
Mà uống cạn chén đời
Trong mộng tưởng
Tôi đâu phải kẻ hằng tâm, hằng sản
Mà chỉ là thằng khố rách, áo ôm
Mượn chiếc cần
Ngồi câu áo, câu cơm
Đâu có ôm mộng lớn
Chờ thời như Lã Vọng
Đâu có chí lớn
Làm con cá kình
Vượt trùng dương cõi sóng...
Tôi chỉ là thằng con nít
Sống lâu năm

Còn anh?
Thì cũng là thằng lạc chợ, trôi sông
Giả hiền sĩ gạt đời kiếm bữa
Dựng lều chõng
Hai thằng nương tựa
Bê rượu ra sân
Hai đứa khề khà...
"Bạch đầu nhân túy
Bạch đầu phò, điền gia lạc"

Cạn chén đi anh
Bọn mình
Chén thù
Chén tạc
Đời vui như mở hội đầu xuân
Chếnh choáng men say
Rượu ngọt lạ lùng
Chiều xuống thấp
Đẹp vô cùng anh nhỉ?

"Gặp bạn hiền
Rượu ngàn ly chưa phỉ"
Ngất ngưởng bên nhau
Nói chuyện bao đồng...
Khi trở về
Có lội suối, qua sông
Nhớ chống gậy mà dò sâu, cạn!
"Bạch đầu nhân túy
Bạch đầu phò, điền gia lạc!"

* Cổ thi.

Khách Lạ

Khách về đây trời đất thênh thang
Gió mùa bấc tháng giêng lồng lộng thổi
Hàng dương liễu đón chào khách mới
Khách đường xa rũ áo phong trần

Khách về đây sông nước ngại ngùng
Con thuyền nhỏ chở đầy sóng gió
Trở về neo trên bờ bến lạ
Thuyền bập bềnh giữa bến chiều hoang

Trên bờ kia ai mất ai còn?
Con phố cũng vắng người qua lại
Khách bỗng thấy cõi lòng tê dại
Đường trăm năm lề đá xanh rêu

Khói vàng ươm nắng ngả màu chiều
Cơn gió bấc cũng ngập ngừng lịm tắt
Bóng chiều đổ trên bờ vai áo bạc
Khách mân mê râu tóc, ngại ngùng...

Kìa nhà ai cửa khép lạnh lùng?!
Khách ngờ ngợ bước lần qua lối nhỏ
Con chó già ngủ vùi trước ngõ
Cũng giật mình đứng sủa người dưng

Khách băn khoăn chân bước ngập ngừng
Từng nhịp thở gõ đều trên nỗi nhớ
Kìa ai lạ? Khách sững sờ hỏi nhỏ
Ai ngồi kia cúi mặt im lìm?

Khách bàng hoàng, nghe máu ứa về tim
Hàng dương liễu cũng gục đầu thổn thức
Khách lặng lẽ quay về sông nước
Bến chiều xa khói cũng mơ hồ!

Ghềnh đá ôm nhau ngọn sóng xô đùa
Con nhạn trắng bay đi lặng lẽ
Mùi hương lạ bỗng dưng lại nhớ
Bến bờ xưa đâu còn chút dư âm!

Khách trở về nơi bến đỗ trăm năm
Chống sào đợi tuổi già qua mái tóc
Đêm lạnh ngắt bến sông vàng trăng mọc
Thuyền lênh đênh trên nỗi nhớ bập bềnh.

Bến sông vắng, lòng người cũng vắng
Sương giăng mờ bến cũ bóng đò xưa
Trăng đêm nay trăng mờ đêm nguyệt tận
Gió đông về lạnh lẽo ngọn đèn khuya.

Tri Kỷ

Đâu còn sống được bao lâu nữa
Nên chẳng còn gì để luyến lưu
Ta như chiếc lá rơi ngoài ngõ
Chiếc lá ươm vàng, chiếc lá thu

Một mai em hỡi ta về đất
Em có buồn không em hỡi em?!
Thôi cứ để cho lòng thanh thản
Bận bịu làm gì chuyện thế gian

Ta vẫn biết đời ta là cát bụi
Rồi sẽ tan đi một sớm một chiều
Nếu có ai nhỏ giùm giọt lệ
Thì cũng chỉ là giọt lệ thôi!

Ta một đời trầm luân bể khổ
Mượn rượu giải sầu sáng xỉn chiều say
Qua bao năm sao dời vật đổi
Tay trắng vẫn còn tay trắng tay

Một mai nếu có người tri kỷ
Nhắc lại đời ta trong tiệc vui
Thì cũng chỉ là thêm men đắng
Cho nồng thêm cốc rượu vậy thôi

Đời cứ thản nhiên trôi, trôi mãi
Đâu biết chuyện gì theo phía sau
Đâu biết chuyện gì chờ phía trước
Đến lúc đụng đầu mới biết đau!!!

Nhớ Y Uyên

Rừng chồi im phăng phắc
Ta một bóng xiêu xiêu
Vai trần chân bám đất
Nặng một gánh đìu hiu

Kẽo kịt trên đường mòn
Ngõ về xa hun hút
Bóng của buổi chiều tà
Đuổi theo ta bén gót

Ngang qua đồi Nora
Ngậm ngùi bao ký ức
Một sáng nào năm xưa
Anh giã từ chiến cuộc

Một dặm đường anh qua
Bỏ sau lưng một kiếp
Chiều nay ngồi trên đồi
Ta nghe buồn da diết

Tựa lưng gốc cây già
Ngủ vùi trong mộng mị
Chợt bóng anh hiện về
Cùng ta ngồi uống rượu

Ta cựa mình ngơ ngác
Nhìn quang gánh hững hờ
Con dốc dài trở giấc
Thở khói chiều lưa thưa

Ta lặng lẽ lên đường
Mấy mùa phơi râu tóc
Nhuộm trắng cả mái đầu
Trong nỗi buồn se sắt

Ta ngó về phương xa
Từ một nơi vô định
Con chim trời bay qua
Ta rùng mình ớn lạnh.

Hoàng Hôn Trên Bến Nước

Rồi một chiều lá vàng rơi lác đác
Em ra đi bỏ lại chút tình xưa
Tôi vẫn đứng giữa dòng sông bát ngát
Chiều lại chiều trôi mãi giữa hư vô

Vầng nhật nguyệt có mong ngày gặp lại
Từ trăm năm chờ biết đến bao giờ
Con nước lớn đã xuôi về biển cả
Dòng sông ơi có thấm lạnh đôi bờ?

Chiều xuống thấp mây trời trôi lãng đãng
Trôi về đâu em có biết không em?
Tôi lận đận một đời không bến đỗ
Ngày cuối ngày lặng lẽ bước qua đêm

Nhìn khói sóng hoàng hôn bay lảo đảo
Tôi đã say và em đã ra đi
Tôi và em hai phương trời cách biệt
Em cạn tình, tôi cũng cạn ly

Mượn men rượu cho vơi niềm tâm sự
Dốc Hồ Trường cho cạn chén ly tao
Giai nhân hề! Rượu hề! Say túy lúy
Khi say rồi ngày tháng cũng qua mau.

Texas Buồn

Mắc võng dưới tàn cây
Ngủ vùi trên thế sự
Bãi bể nương dâu
Sáu mươi năm mấy mùa lữ thứ
Người lính già gạt nước mắt đêm thâu.
Khóc ải Nam Quan
Khóc mũi Cà Mau
Những mùa thu đi
Gót chân rướm máu
Điệu kèn tiến quân
Tiếng thét gầm ma quái
Trong rừng sâu
Bãi bể
Thị thành
Chiếc poncho
Gói xác người tình
Thương quá đỗi
Ta bỗng thèm cốc rượu...

Mùa thu này
Cũng dưới tàn cây cổ thụ
Cũng có lá vàng rơi
Nhưng không có anh
Để choàng vai tâm sự
Không có em
Để ta ngồi uống rượu
Tang thương hề
Ôi! Cõi nhân sinh

Bỗng nghe đâu đó
Điệu nhạc điên cuồng
Trong cõi vô minh
Thiên đàng
Hay địa ngục
Dưới ánh đèn mờ nhạt
Em đang ca hay em đang gào thét
Bước chân em loạn cuồng
Cốc rượu và ta cùng nhau giãy chết
Giai nhân hề! Rượu hề!
Ta giật mình tỉnh giấc!

Mùa thu qua
Không còn lá vàng rơi lác đác
Cây cổ thụ trơ cành
Bầu trời xám ngắt
Đàn chim thiên di
Về đây từ phương bắc
Trên thành phố Houston
Trên bầu trời Dallas
Texas buồn
Texas đã vào đông!

Một Đêm Thu

Mong gặp em
Sau bao ngày xa cách
Hai phương trời
Mờ mịt bóng mây giăng
Tôi nhẹ bước
Qua ngõ buồn hiu hắt
Đêm thu về
Nhớ quá một mùa trăng!

Trời chớm thu
Gió thu lành lạnh
Sương giăng mờ lối nhỏ
Bước chân khuya
Theo ngõ vắng
Lần về thăm xóm cũ
Bao lâu rồi,
Qua hết mấy mùa mưa?

Trời chớm thu
Lá vàng rơi trước ngõ
Tôi lại đi
Một lần nữa ra đi
Nhưng đêm nay
Không có bàn tay bé nhỏ
Cầm tay tôi
Bịn rịn buổi phân ly!

Em hỡi em, người em tôi yêu
Có bao giờ gian dối?
Buồn trong tôi vời vợi
Khúc nhạc tình
Quấn quít mãi không thôi

Đêm nay buồn lắm em ơi
Tôi đi dưới bóng sao trời lưa thưa...

Quê Tôi

Mây trắng đùn quanh đỉnh núi Ông
Gió mùa đông bắc thổi buồn không?
Đồng khô một dải mù sương khói
Tôi đứng nhìn quanh chợt chạnh lòng.

Nắng sớm mưa chiều ngọn Xã Thô
Giữa trời một bóng đứng bơ vơ
Đã biết bao lần mây trắng phủ
Và biết bao mùa gội gió mưa?

Chiều xuống ra đồi dương hóng mát
Thả hồn theo sóng gió ngàn khơi
Hỡi ôi ngọn gió mùa đông bắc
Đã bao lần xé nát hồn tôi

Rời Phan Thiết còn nghe nhung nhớ
Cái buổi chia tay cũng nặng lòng
Sông Mường Mán ba chìm bảy nổi
Mấy ai quên dù chỉ ghé một lần...

Cuối Thu

Đêm cuối thu trời se se lạnh
Chợt nhớ đêm nào ta với em
Dìu nhau qua con đường làng nhỏ
Vai em mềm ướt đẫm màn đêm

Em còn nhớ thuở mình quen nhau?
Cuối trời thu hoa lá đổi màu
Đôi mắt em buồn sâu thăm thẳm
Nhốt hồn anh trong sóng mắt nhiệm mầu

Đêm huyền dịu nụ hôn buồn chất ngất
Vòng tay ôm kín cuộc tình đầy
Lửa tình đốt nóng ran lồng ngực
Giọt lệ buồn rưng rức buổi chia tay

Thôi em nhé nụ hôn đầu trả lại
Cho gió sương trời đất chuyển mùa
Trăng đêm nay trăng mờ đêm nguyệt tận
Gió đêm về hiu hắt ngọn đèn khuya.

Thao Thức

Đêm khuya khoắt tôi vẫn ngồi uống rượu
Vẫn thì thầm theo gió thổi hiu hiu
Vẫn lắng nghe từng cơn thổn thức
Nhớ thương thầm người con gái tôi yêu

Tình đã chết từ khi còn đi học
Lặng nhìn theo tà áo gió tung bay
Tà áo trắng ngày xưa không trở lại
Tôi nghẹn ngào trên nỗi nhớ khôn nguôi

Đời phẳng lặng như hồ thu vắng gió
Sao lòng tôi lại nổi phong ba
Mối tình đầu người nào cũng có
Chỉ mình tôi buồn khóc buổi chia xa

Em hỡi em, giờ em ở đâu
Để mình tôi ngồi đếm lá thu sầu
Em có biết nơi nghìn trùng xa cách
Có một người thao thức suốt canh thâu.

Phạm Tương Như

Tác phẩm văn học:

- *Chòm Thơ Chớm Nở Trên Mây* (thi phẩm)

- *Lưu Bút Ngày Xanh* (thi phẩm, PSSC)

- *Thơ Hát Ru Đời* (thi phẩm, TT/VBNHK)

- *Vết Trăng Trên Cỏ* (thi phẩm, Văn Bút Nam Hoa Kỳ)

- *Tình Thơ Hoa Hồng* (thi phẩm, PSSC)

- *Nói Nhớ Nói Thương* (ký thơ bút hiệu Phạm Linh Lan)

- *Áo Trắng Phượng Hồng* (thơ học trò, Trang nhà TPH)

- Trang nhà phamtuongnhu.org (từ 2014, ngàn bài văn, thơ ptn.)

Có mặt trong các tác phẩm:

- Tác Giả Tác Phẩm *Người Đồng Hành Quanh Tôi quyển V*. Ngô Nguyên Nghiễm chủ trương.

- *Chân Dung Văn Nghệ Sĩ Qua Góc Nhìn Ngô Nguyên Nghiễm*, quyển thượng, 2016

- *Âm Sắc Phương Đông* (chân dung 10 nhà thơ)

- Các Kỷ Yếu VBNHK, Phù Sa Sông Cửu.

CD Thơ, Nhạc:

- *Tình Sương Ướt Cỏ*: Hàn Sĩ Nguyên thực hiện cùng các nghệ sĩ: Ngô Đình Long, Đức Tâm, Bảo Cường, Bích Ngọc.

- *Vàng Lá Thư Xanh*: Đoàn Phùng Thiện, Bích Phượng, Lệ Thu, Hải Hòa, Duy Khanh, Thu Thủy, Đài Trang, Ngọc Quang

- *Tình Thơ Xin Gởi Trao Người*: Bích Ngọc, Lệ Thu, Hồng Vân, Thúy Vinh, Ngô Đình Long, Thu Thủy.

- **CD nhạc phổ thơ**:

Nguyệt Tửu Khúc (10 ca khúc, nhạc Vũ Khoa, thơ Phạm Tương Như)

- *Điệu Buồn* (nhạc Vũ Khoa, thơ Phạm Tương Như, Yên Sơn, Như Ly)

- *CD Tình khúc Nguyễn Tuấn Chương* (phổ thơ nhiều tác giả).

- *CD Áo Trắng Phượng Hồng* (12 bài thơ Ptn, Dương Thượng Trúc phổ nhạc, nhiều ca sĩ)

- *CD Nắng Xuân Trong Mắt Bé* (thơ nhạc giao duyên, Huy Tâm Production)

- 69 bài thơ được phổ thành ca khúc bởi các nhạc sĩ GS Linh Phương (Houston); GS Nguyễn Đức Tuấn (Canada); Hàn Sĩ Nguyên (SG); Vũ Khoa (Houston); Tâm Thọ (Houston); Nguyễn Tuấn Chương (Houston), Dương Thượng Trúc(KS), Yên Sơn (TX), HS Tín Đức (VL)

Chương Trình Phát Thanh:

Tham gia đọc bài trong nhiều chương trình phát thanh (phục vụ chữ Việt, Tiếng Việt, Văn học Việt)

Biển Đêm

Có mối giao tình giữa biển êm
Da em trắng ngọc ánh trăng mềm
Thoảng mùi hương tóc thơm trong gió
Bàng bạc mù sương rớt nửa đêm

Ai nhốt sao trời trong mắt xinh
Cho anh lạc hướng ngõ tim mình
Em như triền sóng theo cơn gió
Anh thả thuyền trôi giữa lặng thinh

Em thủy triều lên giữa biển khơi
Có hay bèo giạt cánh hoa trôi
Bóng mây tan nát chìm theo sóng
Bọt sóng trùng dương tận bến trời

Có phải tình em, hải đảo hoang
Tim em thiên sứ giữa mây ngàn
Anh mãi thì thầm bao sóng vỗ
Vách đá vô tình bọt nước tan

Biển lặng hồn anh đêm sáng trăng
Tình yêu lai láng khắp mây giăng
Em như biển vắng xa xôi quá
Có giữ hồn anh bóng nguyệt tan?

Anh sẽ là sao lặng lẽ rơi.
Hồng dương tỉnh mộng ở chân trời
Đêm mãi luân hồi muôn vạn kiếp
Tình tự dạt dào tựa biển khơi

Cung Trầm Khi Tôi Về

Tôi về em còn chờ tôi không?
Khung trời xưa vàng trưa mây hồng
Ra đồng mình cùng chơi diều giấy
Mười năm ai chờ người sang sông?

Tôi về trường nhìn quanh sân xưa
Ve râm ran lời ru dư thừa
Chim trên cành ca bài tạm biệt
Tình mười năm còn ai nghe mưa?

Tôi về, phà sang sông lênh đênh
Người thân quen nhìn nhau như quên
Là đà chim bay tìm cố xứ
Dòng người trôi qua tôi không tên!

Tôi về nghe đàn ai trong đêm
Cô đơn cùng vàng trăng bên thềm
Sương khuya và lòng tôi rơi rụng
Hoa cam trong vườn thơm hương em

Tôi về càng xa tôi - tha - hương
Trăm năm qua cơn mơ vô thường
Tình yêu, tim tôi là trái phá
Bùng lên! Bùng lên điều buồn thương!

Như Lá Thì Thầm

Nói đi em lời thì thầm của lá
Ru đời nhau thoảng gió hát trên cây
Cùng bềnh bồng như nắng lượn theo mây
Tình anh đó triều dâng bờ sóng vỗ

Lời em nói du dương bài dạ cổ
Sương trong vườn rụng xuống đọt cỏ xanh
Hay tiếng trăng ghẹo lá khi leo cành
Làm mê hoặc cõi lòng anh lãng mạn

Lời em đó điệu ru mùa trăng sáng
Càng lẳng lơ khi mắt liếc đưa tình
Hồn thơ anh về trọ, ngủ môi xinh
Em thả bổng tiếng lòng qua hơi thở

Em hát chi bài tình ca dang dở
Giọng ru buồn như giun dế nỉ non
Khi ngực căng đầy, mắt biếc, môi son
Đàn rung nhạc, đời chưa mòn mưa nắng

Khi cô đơn hồn anh là biển lặng
Rất mơ hồ nghe sóng vẳng lời em
Thuở nắng phai, gió giặt, ánh trăng mềm
Em chín mọng ru êm lời nói khẽ!

Thơ Tranh Trên Cát

Anh đã viết bài thơ trên cát
Chạnh lòng nghe biển hát trùng dương
Nhạc buồn của người mất quê hương
Cánh hải âu chập chờn ngược gió

Bài thơ tình sóng vừa bôi xoá
Tiếng thuỳ dương khua lá thì thầm
Hẹn thề nào ghi dấu trăm năm
Ai còn nhớ vết chân hoàng hạc?

Anh vừa vẽ đôi tim lên cát
Tim của anh nằm sát tim em
Đoá hoa hồng anh vẽ kề bên
Sóng biển ùa lên làm tan nát

Biển tình anh bao la dào dạt
Cánh buồm mây bay mãi trời xanh
Tiếng hát em ru lá trên cành
Hoa và trái bạt ngàn thương nhớ

Không vẽ được tình ta dang dở
Vẽ hình em lên cát tiếc thương
Mưa đầu mùa giăng kín đại dương
Xoá hình em, nên anh ngồi khóc...

Chuyện Đời Sông

Hành trình một dòng sông
Chuyên chở bao tấm lòng
Còn nguyên những lượn sóng
Qua tháng ngày đục trong

Ai hiểu chuyện đời sông
Từ nguyên thủy mạch nguồn
Chảy qua bao nhiêu khúc
Để đến lòng đại dương

Sông bắt đầu từ núi
Sông bên lở bên bồi
Sông đưa nước ra biển
Bao giờ hết nổi trôi?!

Sông đưa người sang ngang
Có mong ngày gặp lại
Như hồn tôi trôi hoang
Lớn, ròng con nước chảy

Sông với thuyền nên duyên
Có đo được lòng thuyền
Hay chỉ còn bão tố
Ngọn sóng tình cô miên

Cầu nào bắc qua sông
Làm sao nối cõi lòng
Nước sông trôi biền biệt
Lệ người khóc đợi mong

Sông chảy qua đồi nương
Nhánh sông xuyên ruộng vườn
Bao đời sông đưa rước
Còn mưa lũ ngập lòng

Đời ta như dòng sông
Khi vui nhuộm nắng hồng
Ôm trăng hát lời gió
Mộng tình có hay không?

Sông tắm mát tuổi thơ
Như người tình nhớ đời
Dở dang bao mộng mị
Sóng bạc đầu phai phôi!

Qua sông thả vần thơ
Mưa đợi gió vẫn chờ
Giữa đôi bờ tiếc nhớ
Đời đã lỡ bơ vơ!

Ngọn Đuốc Hồng Kông

Tuổi trẻ chúng tôi chiến đấu vì Tự Do
Cánh thép bay xuyên những miền lửa đạn
Đã đau đớn, mất bao nhiêu bè bạn
Khóc với cười cùng nghĩa khí làm người

Dân tộc tôi luôn ngẩng mặt nhìn đời
Trăm ngàn nhà là gia đình tử sĩ
Bao triệu người trở thành thất chí
Khi chính nghĩa thua bán nước, cường quyền

Tôi cúi đầu khâm phục các sinh viên
Hồng Kông cho thế giới thêm hy vọng
Chết cho Tự Do là đời đời sống
Khắc đá tượng đài nhân loại noi gương

Tuổi trẻ Hồng Kông nhớ Thiên An Môn
Vẫn hiên ngang đòi nhân quyền tự quyết
Thế giới Tự Do ủng hộ bằng lý thuyết
Máu đã đổ rồi tuyệt lộ còn không?

Mấy tháng biểu tình ngọn đuốc Hồng Kông
Những anh hùng tận còn ai tiếp ứng?
Tháng Tư chết đứng, thêm lần chết đứng
Tôi khóc Hồng Kông hay khóc Việt Nam?

Áo Trắng Xưa

Tóc trắng bây giờ, áo trắng xưa
Lơ lửng mây trôi, cánh bướm vừa
Bay ngang ký ức thời niên thiếu
Hoa phượng đỏ cành, gió nhẹ đưa

Tóc trắng bây giờ, áo trắng xưa
Sân trường, góc phố những chiều mưa
Ta cố che dù, em vẫn ướt
Ngượng bước song đôi, cứ bước thừa

Tóc trắng đứng chờ tóc muối tiêu
Em của ngày xưa dáng diễm kiều
Nụ cười môi phượng gieo thương nhớ
Da trắng điểm trang áo tím điều

Ve hát cho người nhớ hạ xưa
Dòng sông bến vắng gót chân thưa
Ta hát ru em lời tình muộn
Cầu gãy sông trôi đã mấy mùa?

Ta đợi sao trời trong mắt xưa
Áo trắng chờ ai, tóc gió lùa
Ngàn lời âu yếm nơi đuôi mắt
Ta sống cạn đời em đến chưa?

Nhạc tương tư khóc nhớ tình nhân
Khắp trần gian mỏi cánh hạc vàng
Thức cùng trăng, gọi tên... nghe gió
Hát thương ai, lá khảy cung đàn

Ta bạc đầu, em áo trắng tinh
Xưa, sau có được quê hương mình
Cùng xây huyệt mộ kề gốc phượng
Đời kiếp ru nhau kể chuyện tình.

Phượng Bay Tà Áo Em Bay

Phượng bay tà áo em bay
Hồn anh là bướm lượn dài theo em
Hoa sân trường, thảm cỏ êm
Gót son guốc mộc tóc mềm gió lay

Phượng bay tà áo em bay
Dáng em tiên nữ trời sai xuống trần
Nhìn em rất đỗi bâng khuâng
Tim anh run rẩy kết vần thơ say

Phượng bay tà áo em bay
Tay ôm cặp sách, đôi vai ghẹo đời
Lặng nhìn, chết đứng em ơi!
Em vào lớp, anh rụng rời chân tay

Phượng bay tà áo em bay
Em trong khung cửa anh ngoài chân không
Những chiều nắng thắp lửa lòng
Nhớ em thắt thẻo tình hồng gửi ai?

Phượng bay tà áo em bay
Bao giờ bướm đậu lên đài hoa trinh
Học trò màu áo trắng tinh
Nhặt hoa phượng đỏ tóc xinh anh cài

Phượng bay tà áo em bay
Tình thơ hai đứa trao tay ngượng ngùng
Hẹn thề hạnh phúc tình chung
Phượng bay tà áo chung đường gió bay!

Gã Làm Thơ

tìm vết trăng trên đồi cổ tích
nơi cỏ úa bình nguyên tĩnh mịch
gió lung lay đồng lúa đợi trăng về
mặt nước sông sóng sánh tình quê
có giấc mơ chết chìm tuổi trẻ
gã làm thơ là vầng trăng đơn lẻ
trên cỏ non. chờ. bước nhẹ ai qua
đã trễ rồi ở những sân ga
những biển sông tình xa cát lở
vết trăng nào của thời bỡ ngỡ
nhạt nhòa theo tiếng gió thở dài
gã làm thơ quên mất ngày mai
ai định hướng cuộc đời giông bão?
khi quá khứ là lời thơ hát dạo
trên quê hương... giả tạo mù lòa!

gã làm thơ tiếc mảnh mây qua
mái tóc xanh đổi đời bạc trắng
trời vẫn gió, thay mùa mưa nắng
thời gian mòn, pha đắng cõi thơ ta.

Ánh Mắt Hạt Mưa

Hôm qua mắt liếc nụ tình
Làm bao vần điệu thơ mình thức đêm
Nụ cười hiền nở hoa tim
Xuyên hàng mưa bụi mắt tìm gặp nhau

Anh nhìn lén, mắt em trao
Nụ cười, ánh mắt biết bao nhiêu tình
Tóc dài, nón lá kiều trinh
Áo dài đơn điệu ảnh hình thướt tha

Nghĩa trang tiễn bạn đi xa
Hạt mưa ướt đóa hoa, mưa sương mù
"Nam mô Tiếp Dẫn Đạo Sư"
Em nón lá, anh che dù tiễn đưa

Cách bao người, giữa hàng mưa
Ai xui mắt hẹn nhìn nhau, mỉm cười
Nỗi buồn chen với niềm vui
Dáng em làm cả bầu trời rưng rưng

Cỏ nghĩa trang xanh như rừng
Đôi chân em bước lên từng nét xuân
Dáng thơ ngây dại, bâng khuâng
Lẻ loi, hạnh phúc mấy tầng nhớ nhung

Áo dài, nón lá nhị trùng
Nụ cười, ánh mắt, suối nguồn tóc tơ
Khuya chưa ngủ đã nằm mơ
Tim yêu mở cửa mưa thơ ướt tình.

Má Tui

Má tui thích sống chân quê
Lên thành mấy bữa đòi dìa nhà xưa
Ruộng đồng sông nước sớm trưa
Gian nhà ngót nghét đã thừa mươi năm
Chín mươi sáu tuổi thăng trầm
Gái trai, cháu chắt hơn năm mươi người
Ruộng vườn, lò gạch... qua rồi
Bi giờ "tứ sắc" vẫn ngồi "đủ tay"
Xóm giềng lui tới mỗi ngày
Tiệc hàng xóm Má "làm cai" bếp lò
Làm mai gả cưới Má lo
"Bà Tư" làm phước đặng cho "con nhờ"!
Ca dao Má đọc như thơ
Nghe hồi nhỏ Má hò lơ ngoài đồng
Gặp Ba, nghệ sĩ cò, kìm
"Qua" đàn, "Bậu" hát mà tìm nợ duyên
Dạy con cháu luật "quả nhân"
Bằng gương chân thật Má hằng sống qua
Tết ta, giỗ kị tại nhà
Cháu con tề tựu là quà Má vui

Con phương xa có mấy người
Má thương nhớ, được tin vui Má cười
Gửi tiền Má biểu đủ thôi
Cá kho canh cải với nồi cơm thơm
Ăn đơn giản, tính giản đơn
Trầm ngâm chẳng nói giận hờn cháu con
Người khen khắp cả xóm thôn
"Bà Tư" có phúc nên còn lệ xưa
Bà đi cháu đón, con đưa
Ở nhà, thăm viếng sớm trưa có người
Gặp con cháu Má hay cười
Nhớ tên tuổi, nhắn gửi lời hỏi thăm...
Bốn năm nữa, chẳng trăm năm
Tụi con chúc Má Vu Lan... sống/yêu đời!

Thời Trang Ninja

Này Ninja phải em là trinh nữ
Máu giang hồ còn giữ nét tiểu thư
Khẩu trang đen, y phục đều cùng màu
Khoe da trắng, má hồng đào quyến rũ

Cặp kính mát, tóc "de-mi" ẩn dụ
Nửa khước tình, nửa hiền dịu gọi mời
Bất cần đời hay nhập cuộc rong chơi
Mắt có ướt, nụ cười môi son đỏ?

Tim sét đánh, trời trồng đôi mắt ngó
Ta điên mê lùa nắng gió theo em
Mơ tịnh cốc nhìn em dưới trăng đêm
Tung quyền cước, múa gươm thần chém đá

Giữa tai ương người người đeo mặt nạ
Chỉ riêng em thư nữ cứu tinh cầu
Ninja Việt hay từ xứ "hoa anh đào"
Toan diệt Cô Vi, gái Tàu mười chín!

Ta quay quắt si tình trong câm nín
Xin một lần bịn rịn cõi liêu trai
Vượt đường xa, biển núi, khắp truông mây
Chưa rõ mặt và tìm hoài không gặp

Qua lối cũ hai hàng cây tít tắp
Tìm hương xưa ngọn gió trót mang đi
Ninja ơi! Em mấy độ xuân thì
Có tìm nhau dù nhu mì hay nông nổi

Dòng thời gian ở hai đầu sáng tối
Em về đâu? Ta dấn bước lang thang
Vinh danh em cùng dáng đẹp thời trang
Ngàn năm trước, ngàn sau ai sánh được?

Phải Em Là Lá Âu Sầu

Phải em là lá âu sầu
Bay theo hướng gió mùa nâu tím tình
Tứ thơ một nỗi riêng mình
Lẻ loi thôi đã bình sinh khép lòng

Phải em xõa tóc thư phòng
Áng văn chương gửi mênh mông mộng đời
Gió ngàn đưa võng ầu ơi!
Anh như cánh vạc gọi lời thở than

Phải em thơ nhạc miên man
Thu vàng trải lá địa đàng hôn mê
Gửi chi hoa cúc hẹn thề
Nồng say giấc điệp tình quê chan hoà

Này em đất đá trổ hoa
Huống chi trần thế người ta gieo tình
Gió ru, cây biết oằn mình
Sông dài, biển rộng ôm hình bóng trăng

Này em có phải tiền căn
Câu thơ lục bát cũng cần sánh đôi
Trái tim ở lẻ bồi hồi
Ai xui chết đứng, đâm chồi cây si

Này em xin chớ ướt mi
Kẻo anh sướt mướt thầm thì tiếng đêm
Gió khuya xé lụa bên thềm
Anh chưa ngủ được, cuộn mềm gối chăn
Cô đơn bóng trọ chỗ nằm
Đợi thu vàng lá tím bầm ruột gan...

Blue Buồn

Anh cười khi chẳng được vui
Em buông tiếng hát điệu Blue tình buồn
Ngậm ngùi giấu biệt khúc thơ
Mắt xưa gương nước tràn bờ vực sâu

Tiếng em vọng lại nỗi sầu
Âm thanh rưng rức biết đâu tìm về
Chiều rơi chỗ trú si mê
Vết thương căng máu, hẹn thề xót xa

Trắng mưa xóa nét ngọc ngà
Hàng cây lá rụng hồn ta miên sầu
Biết đời còn có bao lâu
Mà trăn trở nối nhịp cầu thời gian

Trải đời hạnh phúc lang thang
Yêu chân thật, sống hiên ngang kiếp người
Trông kìa thế giới buồn vui
Biết nhân loại lắm bùi ngùi, thực hư

Blue buồn hồn Việt trầm tư
Nghìn năm phương Bắc, giặc từ Cộng nô
Trắng xương giữ vững cơ đồ
Máu sông Lạc Việt, Tự Do, Tự Cường

Quang Trung, Hưng Đạo, Triệu, Trưng
Tấm gương bất khuất anh hùng Việt Nam
Toàn dân đoàn kết quyết tâm
Sợ gì giặc Hán, gian tham nội thù

Đợi chờ tuổi trẻ dựng cờ
Bao năm còn đó điệu Blue tình nồng.

Trăng Lên*

Trăng vừa lên quá đọt cau
Hàng dừa lả ngọn đón chào gió xuân
Trăng vàng trải lụa đầy sân
Cầu tre in bóng nằm ngang đôi bờ
Mặt sông lóng lánh màu tơ
Nhà tranh vách lá ảo mờ hơi sương
Xóm thôn nhịp sống hiền lương
Trăng thanh gió mát rẫy vườn nên thơ
Ngược xuôi trên những chuyến đò
Tù và gọi khách ai chờ đợi tôi?
Lục bình tím cuộc tình trôi
Tim còn nguyên nỗi mồ côi nhớ nàng
Câu hò thay tiếng gọi khan
Tôi là bến đợi trăng tàn đêm thâu
Lòng đêm sương rụng phiến sầu
Vườn cây ướt lá, đọt cau im lìm
Tình quê là cõi bình yên
Em và tôi với thiên nhiên nồng nàn
Gió rung cành, lá đan trăng
Nghe giun dế nhắn nguyệt hằng năm xưa
Trăng về hay tự gió đưa?
Em đâu để bóng tôi vừa nghiêng chao
Sông quê bến nhớ đợi chờ
Bao giờ trăng khuyết mà tơ liễu buồn
Mắt em trăng sáng cô thôn
Tiếng lòng rung nhạc, bóng hồng sông trôi
Câu thơ lục bát bồi hồi
Có người nhớ quá chuyện đời trăng lên...

*cảm tác từ cảnh sân khấu hội VLVBSĐ

Ngày Valentines

Hôm nay là ngày Tình Yêu! Tình Yêu!
Hai mươi bốn giờ Thương Nhớ! Thương Nhớ!
Những đóa hoa tình chớm nở, đã nở
Trái tim, khối óc chan hoà, hài hoà

Anh muốn tặng em triệu triệu đóa hoa
Và những món quà không ai khác có
Là bóng hình em trong tim anh đó
Quá khứ tương lai sướng khổ khôn phai

Nếu em là gió anh nguyện làm mây
Để được bên nhau cùng trời cuối biển
Dù gió có làm đời mây tan biến
Hạnh phúc lang thang vui nửa chuyện tình

Tim yêu nhiệm mầu, ánh sáng bình minh
Trăng thanh trên sông, thuyền tình ghé bến
Môi chạm môi thơm, mắt nhìn đúng hẹn
Anh là của em chung chén rượu hồng

Tình nhân muôn đời ngọt lịm mùi hương
Tháng hai xuân qua khu vườn ân ái
Cánh hoa sắc màu chờ con bướm dại
Anh mãi yêu em nhân ngãi Valentines!

Xuân Mộng

Xuân đã về đầy trên lá xanh
Anh nghe ngọn gió đến ru cành
Vi vu tiếng lá khua lời gió
Xuân mộng hay là em nhớ anh?

Xuân đã tô màu lên cánh hoa
Nhìn đôi bướm lượn vẻ lụa là
Con ong hút mật ôm đài nhuỵ
Trời đất giao hoà chim hót ca

Xuân có về không nơi xứ xa?
Bàn thờ hương khói cúng ông bà
Nguyện cầu dân Việt ngàn năm vẫn
Chống giặc ngoại xâm giữ nước nhà!

Xuân về chưa trên đất Việt Nam?
Hồn xuân dân tộc chí hiên ngang
Kẻ thù phương Bắc đang xâm lấn
Toàn dân Nam thề quyết liều thân

Em cùng anh xây dựng mùa Xuân
Đem máu xương tiêu diệt bạo tàn
Gương Âu Mỹ Tự Do Nhân bản
Ngày Việt Nam thật sự chào Xuân.

Phan Xuân Sinh

Tên thật cũng là bút hiệu
Sinh năm 1948 tại Nại Hiên, thành phố Đà Nẵng.
Học tại Đà Nẵng, đi lính VNCH, phục vụ tại Quảng Nam.
Bị thương trong Mùa Hè Đỏ lửa (1972).
Giải ngũ (1975)
Hiện định cư tại Hoa Kỳ - Thành phố Houston, TX, USA

Đã cộng tác:
Văn, Văn Học, Hợp Lưu, Thế Kỷ 21, Chủ Đề, Phố Văn, Khởi Hành và nhiều tạp chí và Website khác tại hải ngoại như Da Màu, Talawas v.v...

Đã xuất bản:
Tập thơ cùng với Dư Mỹ *"Chén Rượu Mời Người"*
Tập thơ *"Đứng Dưới Trời Đổ Nát"*
Tập truyện *"Bơi Trên Dòng Nước Ngược"*
Tập thơ *"Khi Tình Đang Ru Đời"*
Tập Truyện *"Sống Với Thời Quá Vãng"*
Tập truyện *"Tát Cạn Đời Sông"*

Đi Tìm

Ta tìm lại, tuổi mình đã mất
Ngụp lặn giữa mũi đạn đầu tên
Len lỏi trong tận cùng sống chết
Ta tưởng mình thịt nát xương tan

Dù thân thể chẳng còn lành lặn
Trái tim khô cùng gió bụi thời gian
Gậy trúc trên tay bước đi khập khiễng
Thân thể này đã đến lúc lụi tàn

Anh em ta chẳng còn mấy đứa
Ngồi quanh bếp lửa mắt long lanh
Ly rượu trên tay chưa uống cạn
Non sông còn gào thét thất thanh

Nhìn nhau rõ mặt thêm lần cuối
Những người chinh chiến đã trui rèn
Vào sinh ra tử như cơm bữa
Nhìn đời buồn như sương gió phủ

Các bạn ta mặt sạm đen theo ngày tháng
Tù tội đã làm khô héo tuổi thanh xuân
Vẫn muốn xổ vài đường quyền nhập thế
Nhưng làm sao đây "lực bất tòng tâm"

Thôi hãy ngủ yên những hồn ma bóng quế
Để nhân gian tìm những giấc ngủ say
Đừng khuấy động những cơn mê sảng
Để cùng nhau nằm lại chỗ này

Ta tìm nhặt lại ân tình cũ
Để lắng nghe chim hót giữa thềm hoang
Len lỏi trong ta từng phế phủ
Ta thương ngọn cỏ dậy mùi hương.

Chào từng anh em ta chưa gặp
Mai kia mốt nọ cũng chung thuyền
Cuộc phù sinh mấy ai nào biết được
Ta tin đời chẳng bao giờ quên.

Houston, ngày 25 tháng1 năm 2019

Cho Ngày Valentine

Gọi với nhau tiếng tình nhân
Là bao hệ lụy áp gần lại nhau
Dẫu cho bạc trắng mái đầu
tình kia càng thấm thâm sâu cõi lòng
giữ cho nhau chút sắc son
để khi nằm xuống người còn mải mê.

Houston, valentine'day 2020

Lời Thỏ Thẻ Mùa Xuân

Đêm nay ngồi bên tách trà
Mùa xuân chầm chậm giao thoa cùng người
Chỉ còn ta thiếu nụ cười
Của em ôm giữ bên trời xa xăm
Ước chi vọng tiếng thì thầm
Để ta cất giữa căn phần trái tim

Đêm giao thừa năm Canh Tý (2020)

Nguyên Vẹn

*Đứng giữa phố đông, sao thấy thiếu
Nụ cười quen trong vành nón che
Ta chết đứng giữa trời nắng cháy
Em đi đâu hối hả trưa hè?*

*Giữa chợ đông người, sao thấy vắng
Tà áo bay trong gió hiu hiu
Rớt xuống đời mắt môi thầm lặng
Thành nắng phai nhàn nhạt hiên chiều*

*Ta đứng ngó quanh trời đất lặng
Mà lòng ta cuồn cuộn buồn vui
Bao năm biền biệt ân tình cũ
Nhìn lại nhau còn chút ngậm ngùi*

*Thì bởi chia tay từ độ ấy
Đường dao cứa nát tuổi thanh xuân
Giọt máu bầm lăn trên ký ức
Còn đọng trên người vết nứt thân*

*Em qua đời ta không trái phá
Mà sao lòng này cứ nổ tung
Mà sao chấn động vang cùng khắp
Mảnh vỡ đè lên nỗi khốn cùng*

*Những chấn thương còn in trên mặt
Làn nhăn, nếp gấp, đã hằn sâu
Để lại trong người bao dấu tích
Vẫn y nguyên, tình chưa phai màu.*

Sài gòn, tháng 3- 2008

Mùa Thu, Gửi Người

Hôm nay vào những ngày trọng thu
Em cũng biết lá vàng đang rơi ngoài ngõ
Em có biết anh đang đi trên đó
Mà em cứ trốn hoài trong cõi mù tăm

Em ở đâu? Có một chút xốn xang
Khi nghĩ lại có người đang thầm lặng
Có nghĩa là đang nghĩ tới em lắm lắm
Vời vợi xa như biển rộng trời cao

Em ở đâu mà ta cứ ước ao
Có một ngày hôn lên triền ngực
Để ta thấy em, gào lên hừng hực
Adam, Eva vội vàng giữa chốn non bồng

Ước ao thôi mà đã thấy lặng hồn
Có trèo lên cây bưởi cũng chẳng làm chi được
Có cùng lắm thì thịt da bầm xước
Vết sẹo tình nghe cũng thỏa lòng nhau

Một con đường chỉ có một mái đầu
Ta thầm đi và thấy toàn gãy đổ
Mà lòng thì cứ sùng sục ham hố
Còn ai đâu để ngó đỡ qua truông

Ta cúi đầu ngang qua cửa giáo đường
Đã biết mình có chút gì phạm tội
Lạy chúa, làm sao mình sám hối
Lỡ rồi, mở miệng hai tiếng: Amen.

Houston, 10 tháng 9 năm 2018

Câu Thơ Cho Người

xin người giữ chút tình này
mang theo nhau đến chân mây góc trời
dẫu rằng núi lở sông bồi
thì tình kia vẫn một đời thủy chung

Valentine'Day 2018

Ngày Trở Lại Quê Nhà

vẫy tay chào, một lần trở lại
sông núi xưa sừng sững chiều buông
mắt đăm đăm sao lòng ái ngại
tịnh tâm như vắng một hồi chuông

vẫn phố vẫn người sao thấy thiếu
tà áo bay qua đường thong dong
chút nắng tàn trên vai e ấp
còn đâu em của thuở xa xăm

nghe lòng ai sùng sục trách oán
một đoạn trường như trời đất câm
làm sao dựng dậy hồn ma cũ
ta chiêu hồn ai giữa cõi âm

đường qua nhà ai đèn thắp sáng
soi lại giùm ta rõ dung nhan
người quen cũ bây giờ còn, mất
ta nhớ ai lệ nhỏ hai hàng

*con phố vẫn là phố cũ đó
cổ viện còn nguyên bóng dáng xưa
thiếu bàn tay, ai đưa lên hái
bông sứ vàng trên cành gió đưa*

*ngồi lại quán nước ngoài đầu hẻm
ly cà phê đá sủi bọt tăm
điểm mặt thiếu vài thằng bạn cũ
biền biệt đi về cõi xa xăm*

*đời cứ trôi qua, sông cứ chảy
để lại đôi bờ cứ nhớ nhau
lịch sử đôi khi cau mặt lại
tóc trên đầu ta cứ đổi màu*

*thế sự một phường tuồng chán ngấy
hằn lên vết tích buổi tang thương
gầm thét vỡ tung trời đất loạn
chia rạt đời người rã tứ phương*

*ta về nhặt lại tàn tích cũ
thắp nén nhang gọi từng số phần
chén rượu mời người xin uống cạn
để gọi nhau một chút tình nhân*

Đà Nẵng, 8.3.2008

Bài Thơ Cho Em, Đêm Noel.

cả thế giới đang nín thở
đang chờ một nụ hôn đến với mọi nhà
các thiên thần quỳ rạp
Chúa ra đời
sáng ngời cả một bầu trời tối đen
những con đường đến bằng hạnh phúc
những thánh ca rộn ràng chào mừng
những con người ôm phúc âm
rạng ngời vinh danh chúa
những vì sao nhảy múa
trên quảng trường thiên hà mở hội

đêm nay
tôi trên chuyến xe đi về chỗ của mình
đi mãi không nhận ra chỗ đến
tôi tìm em, em mờ xa tận góc bể chân trời
tôi bất thần nhìn lên
những vì sao đang thầm thì với nhau
lời yêu đương, lời tình tự
dù xa em ngàn trùng tôi vẫn đọc cho mình lời nguyện
tốt lành nhất cho em
ngay trong đêm
chúa sinh ra đời

em có biết
lời tôi bay đi mãi
đến khi nào em cảm thấy lòng rộn ràng vui lên
chính là lúc em đặt chân lên bậc thềm thứ bảy
mà chúa rút ra từ chiếc xương sườn của người đàn ông
tạo ra đàn bà – lẫy lừng trong thế giới loài người.
món quà vô giá như một phép lạ
bình yên trong tay chúa
hạnh phúc mở ra những ân sủng
quyện lấy em
em ngây ngất thỏa mãn.
Amen!

Houston, 23PM, ngày 24/12/2017

Lục Bát Cho Người
giữ cái đã không còn

đi về nhớ sợi tóc em
dính trên gối chiếc lòng thêm gợi tình
ngại đêm mộng mị lặng thinh
ta khua thêm nhịp trái tim rộn ràng
để em tỉnh giấc ngó sang
chăn xiên lối lệch ngỡ ngàng tình trôi
bây giờ tình đã xa rồi
em như một cánh chim trời biệt tăm

Qua Đường

qua đường ngó lại chỗ đi
ta thương ta đã thầm thì với ai
ngại chi lòng ngắn tình dài
nên con phố đứng gác hoài trăm năm
nhìn ta qua nỗi thăng trầm
để con mắt cứ đăm đăm với người
mà lòng thì cứ nghẹn lời
giữa con đường chắn ngăn đời cách xa

Khuất Mặt

em là người của hôm qua
mà hôm nay vẫn thiết tha với lòng
ta lặng yên nỗi chờ mong
đứng nghe sóng vỗ ngời trông dáng người
phải chăng xa cách phương trời
mà như ngọc thể sáng ngời đâu đây
nhìn quanh chỉ thấy trời mây
lòng ta đã chất thêm đầy xót xa

12/ 7/2012

Gửi Một Người

Khi bàn tay chạm cõi trần
Là khi ta đã nợ nần với nhau
Mắt trong nay đã đục ngầu
Tóc xanh nay đã nhuộm màu quan san
Đêm về nghe tiếng gọi vang
Thấy em hiển hiện một trang anh tài
Thì thầm nhỏ nhẹ bên tai
Người mang theo cả một đài uy nghi
Dung nhan trải khắp bước đi
Ta đang chờ một chút gì trong mơ
Hay lòng ta hóa dại khờ
Nên con sáo hót bên bờ xa xăm
Dù qua bao nỗi thăng trầm
Tiếng em vẫn đọng trong tâm một người.

Houston, 14 tháng 5 năm 2017

Dấu Xưa

cái thuở ta còn làm tên lính trận
ôm ba lô ngồi mơ mộng một mình
cái thuở em còn tay ôm cặp sách
buồn vu vơ che giấu những thư tình

ngày ấy bên cầu ta thường đứng đợi
tà áo bay che khuất một khung trời
ta lượn vòng đuổi theo em mệt nhọc
mà em vẫn còn xa tít mù khơi

trong binh lửa ta chẳng hề nao núng
coi gươm đao như một khoảng trời không
bỗng nhiên gặp em chân ta quỳ xuống
đôi mắt em chọc thủng trái tim hồng

ta mang vết thương làm người si dại
những tình thư ta viết thật điên cuồng
em đón nhận nhưng lòng đầy bất định
để thư tình trôi theo những ngả sông

em vẫn lọc lừa như tay phù thủy
ta ngu ngơ như một đứa chân tu
cạm bẫy bủa giăng làm sao tránh được
sa chân vào rớt xuống chốn âm u

ta ngụp lặn bởi bể tình lầy lội
em đứng nhìn thỏa mãn thú tiêu dao
trò chơi ấy cũng đến hồi kết cuộc
em vụt bay xa chẳng biết nơi nào

mấy năm rồi ngồi đây nhớ lại
em của một thời lộng lẫy kiêu sa
vết thương cũ đã bao lần nhức nhối
đã bao lần thổn thức trái tim ta

những mùa xuân qua chưa về quê cũ
thăm chiếc cầu một thuở đứng chờ em
tiếng guốc còn khua trên đường vắng?
dòng sông xưa, nước còn chảy êm đềm?

Ly Rượu Đầu Xuân

rót rượu vào ly ta ngồi nhắm
mừng ta thêm tuổi để mau già
xứ người ai cũng cày thấm mệt
bạn bè đâu dễ uống cùng ta

ta cũng khề khà ngồi độc ẩm
cũng bày trò chén chúc, chén đưa
ha hả cười ra tay hào sảng
giấu lòng, ra mặt đứa say sưa

nốc cạn ly bỗng nhiên buồn lạ
ngẫm mình thân phận buổi sa cơ
đẩy đưa với chút tình mờ nhạt
ta sợ ta thành kẻ bơ vơ

bạn ta đây chẳng còn mấy đứa
ở phương tây lại nhớ phương đông
ngậm ngùi đời trôi sông lạc chợ
bon chen cũng chỉ bàn tay không

ta uống cùng ta thêm cốc nữa
lừ đừ ta cất giọng say say
cố nhớ đọc vài câu đối tết
cố vui trong một cuộc đắng cay

ngoài kia mưa gió đang gầm thét
ta thấy trong ta bỗng dửng dưng
hay lòng ta mang nhiều biến động
vết xước cào sâu vạch những đường

ta cố làm một tay hào kiệt
mà sao ta thấy mắt cay xè
ly rượu đầu xuân sao thảm thiết
gật gù như nửa tỉnh, nửa mê

ta muốn quên đi đời hệ lụy
nhủ với lòng ta cố gượng cười
mừng xuân ly rượu còn đang ấm
nối lại giùm ta những cuộc vui

Oakland, 1992

Quan Dương

Tên thật Dương Công Quan.

Nguyên quán Ninh Hoà, Khánh Hoà, Việt Nam

Cựu học sinh Trung Học Ninh Hoà

Cựu học sinh Võ Tánh Nha Trang

Cựu SVSQ Khoá 6/69 SQTBTĐ

Làm Thơ, viết Văn từ sau ngày qua Mỹ.

Tỵ nạn chính trị tại Hoa Kỳ tháng 6/1993.

Hiện sinh sống tại Louisiana, Hoa Kỳ.

Sinh hoạt văn học:

Cộng tác với Văn, Văn Học, Làng Văn, Khởi Hành, Văn Hóa Việt Nam, Văn Phong, Văn Tuyển, Sóng Văn, Tin Văn , Tạp Chí Văn Học Việt và rất nhiều tạp chí văn học khác nơi hải ngoại

Tác phẩm đã in:

Ngậm Ngùi – Thơ 1996. Ruột Đau Chín Khúc – Thơ 1998. Đợi Khuya Tàn Bắt Sống Một Chiêm Bao – Thơ Truyện 2002.

Có tên chung:

Văn Học Và Thời Gian (Nguyễn Vy Khanh – NXB Văn Nghệ 2000)

Tuyển tập Truyện 14 tác giả (NXB Văn Tuyển 2001)

Sỏi đá Muôn Mầu – thơ 12 tác giả (NXB Văn Tuyển 2002)

Lưu Dân Thi Thoại (NXB Cội Nguồn 2003)

Khung Trời Hướng Vọng (Nguyễn Thùy – NXB Nắng Mới Paris 2005).

Thơ Việt Đầu Thế Kỷ 21, NXB Nhân Ảnh 2018

Nhà Có Hai Con Khỉ
với Thu Ba

Chỉ còn hai con khỉ già
Đón năm con khỉ rót trà mời khuya
Trời sinh một cặp không lìa
Dính nhau cùng để nhân chia cộng trừ

Nhân đôi năm tháng còn như
Chia chung số mệnh kể từ trăng lên
Cộng thêm giường chiếu mùng mền
Trừ khi leo thác trèo ghềnh dìu nhau

Nhiều phen trở gió ấm đầu
Biết rằng trên trái địa cầu có em

Giờ đây hơn bốn mươi năm
Em đành đoạn tuổi trăng rằm theo tôi
Sau bao cay đắng ngọt bùi
Vẫn còn bên cạnh em thôi khỉ già

Vẫn còn thịt thở trong da
Treo trăng lên đỉnh mái nhà soi chung
Vẫn em chia buổi sau cùng
Vẫn chăn chiếu ấm mền mùng đắp nhau

Bính Thân 2016

Cành Nanh Với Con Chó

Con chó chỉ biết gâu gâu
Chứ không biết thả những câu thơ tình
Còn anh từ lúc bình minh
đến khi chiều tối thả tình đầy môi

Con chó nó chỉ biết ngồi
Quẫy đuôi khi gặp lại người cố nhân
Còn anh thì đã thành thần
Gặp người xưa chỉ âm thầm chào nhau

Bởi vì cái thuở ban đầu
Nhìn nhau là để nói câu muôn trùng
Lạng quạng ong bướm lung tung
Tình đầu tình cuối chôn chung một mồ

Con chó nó chẳng khù khờ
Nhìn em rồi để thẫn thờ như anh
Nó là ông chúa ma lanh
Hương em nó ngửi tanh bành hết trơn
Anh khờ vì anh không khôn
Nên hương em dính vào hồn muôn thu

Vì con chó nó không ngu
Theo em cố ý kết thù với anh
Còn anh thì lại không lanh
Yêu em chầm chậm nên thành trăm năm

2018

Chuột Sa Hũ Nếp

Chuột kêu rúc rích trong rương
Em theo em rúc xương sườn của anh
Nghĩ sao mà Chúa đoạn đành
Rút xương anh ra để biến thành ra em

Mỗi khi trái gió buông rèm
Anh nghe nhưn nhức trái tim rộn ràng
Thì ra đâu thuở hồng hoang
Ông Adam đã đầu hàng Eva

Thì ra như vậy thì ra
Thua em chuyện đó cũng là dĩ nhiên
Bởi em là chiếc xương sườn
Anh không ngu tự bẻ xương đem hầm

Chuyện anh em, chuyện trăm năm
Không phải chuyện chuột sa nhầm vô lu
Mà dù gì cũng cho dù
Anh sa hũ gạo bởi từ vì em

Mấy Độ Nghẹn Ngùi

Khi con tôi lên hai biết đứng chựng tập đi
Vợ tôi suốt ngày như con nít
Mỗi lúc con tôi vấp chân ngã
Vợ tôi ôm ngực hít hà như bị ai véo ngang hông

Khi lên hai tôi nhèo nhẹo cả ngày
Khóc dỗ hoài không nín
Èo uột má ôm con rán nhịn
Giọt nước mắt chảy ròng vì tôi nay ốm mai đau

Khi con tôi lên năm vào lớp vỡ lòng
Vợ tôi dắt đến trường mắt nai ngơ ngác
Nhìn cái miệng méo tròn khi con tôi chực khóc
Thấy mắt vợ mình rìn rịn rưng rưng

Khi tôi lên năm vào lớp vỡ lòng
Những bước đi đầu đời chập chững
Theo má đến trường vô tư như giấy trắng
Đâu biết mắt má mình hồi đó cũng rưng rưng

Khi con tôi lên mười vào trung học
Một hôm chiếc xe bus trễ giờ
Tôi thấy vợ tôi như ngồi trên đống lửa
Nhấp nhỏm ra vào giấu không hết âu lo

Vào trung học một mình tôi đến trường
Giờ tan học, ngoài đường theo bạn bè lêu lổng
Khi về đến nhà mặc má tôi lo lắng
Vùng vằng bỏ cả bữa cơm

Khi con tôi lên đại học đi học xa
Mỗi chiều vợ tôi ngồi tựa cửa
Hai con mắt chảy dài theo nỗi nhớ
Sao giống má mình hồi đó đợi con

Đất nước chiến tranh
Tôi không vào đại học
Ngày tôi ra đi vào cơn xoáy lốc
Vẫn chưa hiểu hết tận cùng sự đợi của má dài lê thê

Ôi thời thanh niên sao quá đỗi tỉnh bơ
Con gái... hết con này chạy theo con nọ
Biết bao lá thư tình trải hồn than thở
Nhưng có lá thư nào thổn thức với má mình đâu

Khi có gia đình mỗi lúc con tôi đau
Qua thằng con thấy má tôi trong vợ
Nhiều lúc muốn dạy con thế nào là trời bể
Chợt nhớ mình hồi đó nghe má dạy đâu

Vợ tôi thầm thì bảo cha con giống nhau
Con giống cha chưa chắc nhà có phúc
Chờ đến lúc cho con hiểu được
giống như tôi bây giờ. Hối hận cũng bằng không

Tôi bây giờ như lá úa sầu đông
Nhớ má đau lòng héo từng cuống ruột
Có những chuyện tưởng dễ gì khóc được
Giờ lớn tuổi rồi sao khóc dễ như chơi

Bão Dí

(viết khi chạy bão Gustav cùng Thu Ba)

Cơn bão dí chận hai đầu thành phố
Xa lộ bực mình vì bị túm trong bao
như con rít mọc thêm chân, những chiếc xe cà nhích
Nắng chui vào người thọt lét xịt mồ hôi

Da thật nhột muốn cười nhưng không nổi
Lý do đang chạy bão vắt giò
Cười không ngán nhưng ngán người ngồi bên cạnh
Tưởng mình đang thả mộng theo bài thơ

Người bên cạnh tóc dài da trắng bóc
Con mắt liếc ngang kèm theo tiếng thở dài
Ở cái xứ chạy bão hoài ớn quá
Khi em thở dài anh cũng thở dài theo

Ui con mắt cái đuôi thời son trẻ
Liếc còn nguyên dưới hai sợi chân mày
Đáy không sâu nhưng hiền như con suối
Khiến một thằng chết đuối bấy lâu nay

Cơn bão dí không còn nơi để nấp
Anh chạy về dĩ vãng dắt em theo
Ở đó lần đầu khi anh gặp
Bão đi ngang đánh hai đứa té nhào

Mồ hôi chảy khắp người nghe thật nhột
Máy lạnh trong xe không dám mở nhiều
Thứ nhất hết xăng thì cũng chết
Thứ hai over heat thì cũng tiêu

Khi em đẹp mồ hôi em cũng đẹp
Nó lăn trên sóng mũi khéo lạ kỳ
Lăn khẽ xuống nhẹ nhàng lên môi đỏ
Nó thật khôn đến đó trở chứng lì

Lái đi đâu?! Freeway không kẽ hở
Trời đất bao la chẳng lẽ cùn đường
Nếu có phải chạy trời không khỏi bão
Em đến đây ngồi nghe anh tán sướng hơn

Càm Ràm Sau Khi Chết

Chưa thấy quan tài chưa đổ lệ
Thấy quan tài rồi chưa chắc lệ đổ ra
Bởi lúc đó ta đã là cái xác
Lệ đã khô lâu lắc đứa xa nhà

Đám lau sậy ven bờ kinh xa tít
Chờ cùng ta hát câu hát khởi đầu
70 năm xưa về đâu ta chưa biết
Nhưng bây giờ ta biết sẽ về đâu

Sẽ về với bốn tấm dài hai ngắn
Cùng với tro với bụi biến thành sương
Kinh sám hối ngày xưa lười không thuộc
Giờ hành trang dành cho kẻ lên đường

Không ai thể làm thời gian quay ngược
Nên cuối cùng ta cũng phải bụi tro
Đã đến lúc chạy trời không khỏi chết
Vậy mắc chi phải chạy mỏi cặp giò

Ta chỉ muốn làm một thằng dễ ghét
Để khi đi có nhiều kẻ tiễn mừng
Nhưng đã lỡ làm anh hùng hào kiệt
Đành mang theo thêm chứng bệnh dễ thương

Bệnh dễ thương nhiều khi không khá được
Bởi khi đi lấy lệ biết bao người
Có câu rủa chết đi cho khuất mắt
Ta ước gì thiên hạ rủa ta chơi

Ta được rủa ta sẽ về với đất
Về một nơi mấy thằng ác trên đời
Đang tập họp đang chờ ta điểm mặt
Đọ cùng ta xem ai ác hơn ai

Những thằng đó từng buôn xương bán máu
Đem giống nòi dâng hết cho ngoại xâm
Rồi phủi đít leo lên bàn truy điệu
Bắt người dân phong thánh để thành thần

Nhưng ta ước chắc gì em cho phép
Ta biết em sẽ nói một câu gì
Thằng dễ thương không dây cùng thằng ác
Nó ác thành thần kệ mẹ nó đi

Những Chiếc Loa
Trong Phim "The Vietnam War"

Những chiếc loa hát ra rả mỗi ngày
trên những trụ đèn góc phố
Năm 1975 hát toàn lời máu
42 năm sau máu còn chảy chưa ngừng
Kẻ cường quyền không cần bịt khẩu trang
ngang nhiên khủng bố
Chúng độc quyền nhân danh lịch sử
Hùa nhau phát động suy tôn

Năm 2017 bên này biển Thái Bình Dương
Chiếc loa VietNam War của Nhạc Bất Quần gốc Mỹ
Chúng đóng vai vô tư chơi đòn sát thủ
Nhưng lần này lại bịt khẩu trang
Chúng chơi bẩn trên từng mỗi thước phim
Vết thương lại thêm lần tươm máu
Mèo khóc chuột trò này tuy đã cũ
Nhưng chúng che thêm nước mắt của nhiều người

Ta lại một lần thua. Giờ chỉ còn em thôi
Hãy sát lại gần thêm một chút
Để ta cùng em khóc chia câu hát
Của điệu bolero ngày tuổi trẻ lên rừng
Vẫn còn đây u uẩn phía bên trong
Những vết sẹo chúng đánh vào nơi tuyệt tự
Lịch sử bi thương ôm nỗi niềm lịch sử
42 năm chiến tuyến vẫn chia lằn

Để ta thương hoài thương hủy Việt Nam
Con ngựa mê cung đảng che hai bên con mắt
Chạy cắm đầu mặc lầm than dân khóc
Tiếng chửi thề của người thất thế
không ai nghe

03/2017

Chuyện Hai Ông Cháu Mình

Nhà vắng chỉ có hai ông cháu mình
Để dỗ Celine ngủ
Ông nội bật tivi mở nhạc lính trữ tình
Điệu bolero vừa sến lại vừa linh
Làm hai ông cháu cùng phê tới bến

Ông nội phê vì nhớ ngày xưa đi chinh chiến
Rừng núi sình lầy nhớ bà nội ở hậu phương
Celine phê vì được ông nội thương
Đầu tựa vào vai ông lim dim đôi mắt
Celine rất ngoan vì Celine không khóc
Ông nội cũng ngon lành giấu nước mắt vào trong

Nhớ một thời mang hoài bão qua sông
Chí lớn không thành
Kinh Kha bỏ mình trên đất trích
Ông nội cũng bỏ xứ khi quê hương rơi vào tay giặc
Kiếp lưu vong mới đó đã ba đời

Ai làm chi nhạc lính điệu bolero
Cứ ray ráy xỉa vào tim rợn người không chịu thấu
Ông nội ghì chặt Celine lên bờ vai xương xẩu
Celine cũng lờ đờ như nhạc thấm vào trong
Hai ông cháu mình cứ thế mà lưu vong
Rồi cả hai chìm vào giấc ngủ

Trong giấc ngủ Celine chắc mơ theo bình sữa
Còn trong giấc mơ của ông là một chuyến trở về
khi đất nước mình thoát khỏi nạn can qua
Khi cái ác không còn là chuyện thường ngày ở huyện
Ông nội sẽ dạy Celine biết yêu điều thiện
Biết yêu quê hương và biết yêu đồng bào
Để mai này khi ông nội phải đi xa
Celine nhớ ông của mình từng là người như thế đó

Còn bây giờ cứ để nhạc tình ru Celine ngủ
Celine ngủ rồi ông nội cũng lim dim.

05/2017

Rau Càng Cua Trộn Bánh Tráng

Bánh tráng cắt nhỏ thành từng miếng
Rau càng cua hái một mớ sau vườn
Hôm nay thử lì không thèm nấu cơm
Đem rau trộn cùng thơ ăn cho biết
Cụ Nguyễn Công Trứ xưa vỗ bụng rau bình bịch
người quân tử ăn chẳng cầu no *
Thiệt phục tài nói dốc của cụ đời xưa
Ta đời nay cần no nên trộn thêm bánh tráng

Cầm những nhánh rau rõ ràng thẳng thớm
Hình dáng nó như vầy sao gọi là càng cua
Nó không có càng nó chẳng đi ngang
Gọi nó là cua thiệt tình hơi bị ức
Dĩa tôm khô, thịt bò thêm trứng cút
Đem chiên sơ sắp ra dĩa sẵn sàng
Rau tía tô hành tím cùng húng lủi vân vân
Chuẩn bị xong rồi ta rung đùi ngồi trộn

Anh hùng đôi lúc cũng phải cần lỡ vận
Để biết trong món ăn có ngọt đắng đủ mùi
Ta đã già chí lớn giờ nhỏ bằng bàn tay
Ngẫm thế sự chua như chai dầu giấm
Thời trai trẻ nhiều chuyện đời không trọn
Có những cuộc tình chợt đến rồi chợt đi
Có những lúc tưởng chừng thành gỗ đá vô tri
Chẳng cảm giác khi cận kề cái chết
Nay cũng đã mé bên bờ chấm hết
Sắp gặp lại đồng đội xưa những đứa sớm chạy làng

Đem chuyện một thời kể lại mấy đứa con
Tụi nó nói sao ba cứ nhớ hoài quá khứ
Nghe tụi nó nói ta muốn đá cho một đá
Không có quá khứ nào là vô nghĩa với tương lai
Trước khi ta già ta cũng trẻ như ai
Cũng ngang dọc trèo non lội biển
Kể cả lúc ta đầu hàng số mệnh
Hai chân ta chưa biết quì là gì

Bánh tráng trộn xong rồi ta đọc lại bài thơ
Thấy tên càng cua đáng lẽ đặt cho ta mới phải
Trong lịch sử vua Quang Trung Nguyễn Huệ
Dùng bánh tráng di quân trở thành anh hùng
Đánh tan tành 29 vạn quân Thanh
Ta cũng bánh tráng nhưng không làm xong nghiệp nhỏ
Mai mốt gặp ngài ta sẽ hỏi cho ra lẽ

08/2017

* câu trong thơ NCT

Chuyện Đi Buôn
Gặp Lại Người Bạn Đạp Xích Lô

thua trận ở tù ra. Thất nghiệp
bạn bè cho mượn vốn đi buôn
đôi dép rọ heo manh áo cũ
đu theo tàu lửa vô Sài Gòn

vài ký trầm sô đùm từng túm
giấu tụi công an với thị trường
chúng nó rình soi từng kẽ háng
bắt được chúng ăn không chừa xương

Ngủ gà ngủ gật trên tàu lửa
bụng lo không biết lọt chuyến hàng
nếu lọt còn mua vài ký gạo
không lọt xem như cháo trừ cơm

Sáng sớm tàu vô ga Bình Triệu
Loay hoay ta gọi chiếc xích lô
Tên xích lô ốm như còng gió
Giật mình ta gặp lại bạn xưa

Hai tên ốm nhách ôm mừng rỡ
tưởng bặt tin nhau lúc ra tù
đâu ngờ đói quá đi buôn lậu
nhờ vậy gặp thằng bạn xích lô

gác chuyện đi buôn qua một phía
hai tên tấp vô quán bên đường
một tên gọi phở tên hủ tiếu
không quên xị đế để ăn mừng

bạn nói làm nghề xích lô đạp
một ngày kiếm được hai bữa cơm
gặp hôm mưa gió xem như đói
từng đói dài dài nên cũng quen

ta nghe bạn kể ta cười ngất
té ra hắn khổ giống như mình
sau ngày quân bắc vô cướp nước
không khổ mới là chuyện khó hơn

kiếm cơm thật khó thời khốn khó
bán buôn cũng khép tội chai lười
những con cú vọ mang băng đỏ
xách súng đi ruồng khắp mọi nơi

Sài Gòn tháng tư nắng chảy nhớt
hai đứa nhìn mhau cùng thở dài
chiến trận quyết thề không chịu nhục
vậy mà lại bị nhục sảng tai

cha mẹ nuôi con cho ăn học
đâu biết đời con thảm thế này
những con sâu bọ không chữ nghĩa
giậu đổ bìm leo lên đầu ngồi

nghe cô ca sĩ gì đó hát
Sài Gòn thành phố mười mùa hoa
nghe lời mị ngữ y như thiệt
Bọn thắng xem dân ngu như gà

dân ví như gà đâu có trật
chiều chưa chạng vạng lo vô chuồng
tranh nhau tìm góc nào an phận
chờ đến phiên mình bị nhổ lông

thằng bạn có bằng cử nhân luật
mất nước đem treo ở đầu giường
lịch sử chúng còn mang ra đốt
sá gì tấm giấy bằng mỏng tanh

đứa đạp xích lô đứa buôn lậu
mỗi đứa lận lưng một lá bùa
đó là miếng giấy khi ra trại
chứng chỉ mỗi thằng tù sáu năm

lần đi buôn đó xem như lỗ
tuy lỗ suy ra vẫn có lời
bởi vì hai đứa sang hơn đĩ
dám bỏ một ngày đi ngao du

số phận mây trôi như bèo giạt
gặp nhau là để tay chia tay
mỗi đứa gia đình con nheo nhóc
chia tay là để không hẹn ngày

Sau lần gặp đó không gặp nữa
không biết bây giờ bạn ở đâu
có đi ra biển theo tiếng gọi
hay đã vùi thây ở chốn nào!

04/2019

Bạn Hỏi Tôi

Bạn hỏi tôi sao lâu quá không thấy về
Thăm lại chiếc cầu bắc qua con phố
Bạn hỏi tôi có khi nào còn nhớ
Tuổi thơ cùng con cá lội dưới sông
Bạn hỏi thấy gì qua cuộc sống lưu vong
Thấy gì là thấy gì? Nói sao bạn hiểu
Nơi gọi là quê hương không còn là quê hương nữa
Kể từ khi bọn chúng nó tràn vào

Tôi chẳng vui gì khi bỏ nước mà đi
Nhưng hỏi bạn làm sao tôi ở lại
Khi không thể với sức cùn cạn trí
Đám tham quan lại ruồng bố mỗi ngày
Khi người dân há miệng mắc quai
Có miệng để ăn mà không được nói
Có muốn khóc cũng rán mà ngăn lại
Có ước mơ thì giấu chặt trong lòng

Dân tôi mơ gì bạn có hiểu được không
Quyền bình đẳng một điều sơ đẳng nhất
Điều rất rõ cứ tưởng rằng nhỏ nhặt
Nhưng lại bị tước đi ngay từ lúc chào đời

Tôi biết trong lòng bạn có thể trách tôi
Tại lâu quá không về nên tôi không thấy
Những tòa biệt thự nguy nga tráng lệ
Những chiếc xe bóng lộn chạy trên đường
Nghe bạn nói sao tôi thấy quá là thương
Vì bạn rõ chủ những chiếc xe nhà đó
Là những kẻ chặn tiền dân đóng thuế
Trút nợ công lên đầu cổ đời sau

Ở những vùng rừng núi thượng du
Những đứa bé một ngày hai buổi
Muốn đến trường phải đu dây sinh tử
Gặp lũ mùa vật lộn với suối sâu

Những cảnh đời trái ngược bạn rõ hơn tôi
Bên cạnh đám xã hội đen là đám xã hội đỏ
Lũ bọn họ hùa cùng nhau một lũ
Hiếp đáp dân lành chụp mũ vu oan
Họ giẫm đạp lên hai chữ nhân quyền
Đối với ngoại xâm họ cúi đầu thật thấp
Biển đảo bán xong họ bàn nhau bán đất
Núp sau mỹ từ làm kinh tế đặc khu
Đám gia nô có mắt giả như mù
Họ xúm vào cùng tung hô vạn tuế
Hỏi bạn làm sao người dân không sợ
Khi họ lăm le động một tí gông cùm

Họ luôn mồm chửi phản động lưu vong
Là những kẻ ôm chân đế quốc
Nhưng bọn họ lại âm thầm gom góp
Tài sản ăn chia để trốn thoát khi cần

Gom trăm dâu đem đổ đầu tằm
Nợ họ gây ra người dân phải gánh
Đất nước bây giờ đã trở thành vô cảm
Trước hiểm họa xâm lăng chờ phủ ập lên đầu

Nói nãy giờ chắc bạn đã hiểu vì sao
Tôi lâu quá chưa một lần quay lại
Nơi mảnh đất có người em đang đợi
Trên chiếc cầu bắc qua con sông

Bên này cầu tôi một kẻ lưu vong
Bên kia cầu không còn quê hương nữa
Lũ bọn họ đang bày mâm dọn cỗ
Trên dĩa thức ăn là thịt của đồng bào
Tôi không về. Chắc sẽ không về đâu

07/2018

Hoa Thiên Lý Nấu Canh

Người cho một mớ hoa thiên lý
Chẳng biết làm gì đem nấu canh
Sáng nay chủ nhật lăn vô bếp
Đứng nấu canh mà nhớ lung tung

Nhớ mùi hoa thoảng như mùi tóc
Bữa ấy bên ta cạnh bờ thềm
Hai mắt tròn như hai giọt nước
Đụng vào ký ức lòng rung rinh

Sau khi nêm nếm ta tắt bếp
Ta tắt luôn hồn đang đi hoang
Cũng may mẫu hậu quay chỗ khác
Không thấy anh hùng dám cả gan

07/2018

Songthy

Tên thật: Văn Bạch Lan
Sinh quán: Vĩnh Long - Việt Nam
Đến Hoa Kỳ vào năm 1990
Hiện cư ngụ tại Houston, TX
Bút hiệu: Songthy
Cô hàng sách: 40 năm.

Hội viên Trung tâm Văn Bút Nam Hoa Kỳ

Cộng tác và đăng thơ thường xuyên với Trang nhà Tống Phước Hiệp, Trang nhà Hội Quán Trầm Hương, Tạp chí Tin Văn, Đặc san Phù Sa Sông Cửu.

Thường xuyên viết cho Báo Xây Dựng, Thế Giới, Trẻ.

Trang nhà: http://www.songthy.com

Được Gọi Tiếng Ba

Ngày nào được gọi tiếng Ba
Niềm vui hạnh phúc trong ta mãi còn
Ơn người ghi khắc giữ tròn
Nghĩa ân hiếu đạo vẹn toàn trong tim

Dù tóc muối lấn màu tiêu
"Ba tôi" hai tiếng thương yêu dạt dào
Còn Ba đời đẹp dường bao
Còn Ba hoa lá trăng sao giăng đầy

Như diều cao vút trời mây
Như chim tung cánh mang đầy niềm tin
Dạy con sống phải chân tình
Dạy con sống phải hy sinh cho đời

Ơn ba như núi cao vời
Tình ba muôn thuở biển khơi sóng tràn
Ba như vạn ánh sao ngàn
Thương sao thương quá vô vàn tiếng Ba!

Tuổi Hạc Buồn Của Mẹ

Mẹ là chiếc nón thương yêu
Nắng che mưa đội sớm chiều bên con
Thân cò ngày tháng hao mòn
Nón xưa tơi tả héo hon thân già

Mẹ buồn như ánh chiều tà
Hắt hiu vạt nắng nhạt nhòa chờ đêm
Mẹ là ánh sáng dịu êm
Ru thầm bên gối cho đêm nhuộm hồng

Mẹ là chiếc võng con nằm
Ầu ơ kẽo kẹt bao năm qua rồi
Tuổi thơ vụt cánh lên ngôi
Còn đâu ngày tháng mộng thời xuân tươi

Ơn Mẹ sao nói nên lời
Tình con dâng mãi tuổi đời cưu mang
Lòng con thương mẹ vô vàn
Biển đông sóng cuộn đong tràn công ơn

Nhìn mẹ xế bóng hoàng hôn
Bước chân mệt mỏi rêu buồn bủa vây
Mẹ ơi con hát đây này:
"À ơi! Mẹ sống vui vầy cùng con."

Trời giăng giăng tím mờ sương
Tuổi đời sao mẹ, sáng dường hoa đăng
Cầu trời mẹ được an nhàn
Tình con thương mẹ tỏa ngàn sao đêm...

Đoá Hoa Lòng
Gửi Người Nơi Đáy Mộ

Mười năm rồi anh nằm yên dưới mộ
Anh đã về nơi vĩnh cửu hư vô
Cát bụi hồng trần lưu luyến khăn sô
Em vẫn đó chơ vơ tình thiếu phụ

Nắng lên rồi em bên song vắng lặng
Con ngoan hiền khép nép đến bên em
Chiếc khăn tay con thấm lệ mi hoen
Mười năm chẵn vẫn thèm vòng tay ấm

Bên mộ anh, em giấu buồn nuốt lệ
Mối tình sầu anh ngự mãi tim em
Như trăng khuya soi dõi bước trong đêm
Như nắng ấm dịu êm vào ban sáng

Anh như gió phiêu bồng lùa mây xám
Là bếp hồng sưởi ấm lúc đông sang
Là thu mơ nhặt từng chiếc lá vàng
Khi tỉnh mộng bàng hoàng đâu chẳng thấy

Bóng thời gian khua nhịp tim vụng dại
Con thoi đời bao lần rẽ sang đông
Con gái yêu nay như đoá hoa hồng
Luôn nhớ bố, nhớ những khi bồng bế

Mười năm qua, em một thân đơn lẻ
Vẫn vẹn lòng cùng một chút dư hương
Nấm mộ kia... bao nỗi nhớ niềm thương
Vẫn thấm đậm cùng nỗi buồn hoang vắng

Anh xa rồi, em nhiều đêm thức trắng
Tình yêu anh như giấc mộng đêm dài
Anh hiện về trong những giấc ngủ say
Cùng em hứa lời yêu nhau mãi mãi

Gửi đến anh người nằm nơi đáy mộ
Đóa hoa lòng còn thơm ngát hương yêu
Khi bên anh, dù đã nói rất nhiều
Nhưng vẫn thiếu một điều... em chưa nói.

Ngọn Đèn Trước Gió

Mới bình minh đã thấy ngày sắp tắt
Nursing home như ở cuối đường đời
Đèn thắp sáng soi lòng mình héo hắt
Quặn cả lòng khi nhìn Mẹ, Mẹ ơi!

Thầm nguyện cầu còn nguyên vẹn sớm mơi
Nhịp tim đập hoà cùng hơi thở nhẹ
Câu niệm Phật diệu huyền nên có lẽ
Miền tịnh yên an trú phút giây chờ

Nhìn ánh điện Mẹ thấy đèn leo lét
Mong từng hồi gặp được cháu và con
Trong trí tưởng mập mờ chưa rõ nét
Nói chi chi chẳng hiểu rõ được lòng

Mẹ bao la biển trời trăm thế hệ
Nhưng gia tài vỏn vẹn có cháu con
Đời Mẹ đó, gia đình trên tất cả
Bên cháu con là đời Mẹ vẫn còn

Nay dáng Mẹ như đèn treo trước gió
Gửi muôn người tâm hỷ xả từ bi
Tay muốn níu kỷ niệm xưa còn đó
Mười ngón trơ nên chẳng nắm được gì!

Xin tất cả mọi lỗi lầm sau trước
Gió cuốn bay theo mây trắng trăm năm
Chỉ còn lại yêu thương trong ký ức
Khi ngọn đèn tắt ngấm với màn đêm...

Đẹp Màu Cánh Phượng

Anh phương Đoài, em phương Đông
Cùng gieo hạt giống phượng hồng chiều mưa
Xuân đi... Hạ đến rồi chưa!
Nhớ trường thương lớp thuở xưa ta ngồi

Em phương Đông anh phương Đoài
Tình người, tình bạn như chồi hoa kia
Giữa nắng ấm hay sương khuya
Thắm màu Phượng đỏ cùng chia vui buồn

Sao vui mà nước mắt tuôn
Sao buồn mà lại nghe hồn hoá vui
Dẫu hai phương vẫn ngậm ngùi
Nhớ nhau, ngăn cách, ngọt bùi khó phân

Nhớ trường thương lớp phân vân
Biết còn có dịp một lần tương giao
Phượng xưa hoa thắm má đào
Phượng nay nhỏ lệ giọt nào buồn vui?!

Tương Tư Lục Bình

Xuồng trôi bỏ bậu mình ên
Tối trời ếch nhái kêu rền cả đêm
Lục bình hoa tím... tím thêm
Qua thời nhớ bậu lòng mềm thương hoa

Chèo xuồng hổng dám chèo xa
Mười thương, qua nhớ ngày qua bậu à
Lục bình theo sóng trổ hoa
Máng vào xuồng lá nên qua mang dìa!

Mang dìa qua thả mương ao
Lục bình hoa tím, tím màu sầu vương
Thả thì tội, nhốt thì thương
Hoa ơi có chủ tìm đường đi đâu?

Đi tìm trốn bến sông đầu
Cho màu tím dại nhạt màu sông xưa
Mười thương đằng ấy sao vừa
Bậu trên xuồng nhỏ, tím thừa nhớ ai!

Làm ơn đừng nhớ người ngoài
Nhớ qua một chút không hoài công đâu
Gia tài một chiếc xuồng câu
Qua đây vẫn hứa trước sau cận kề.

Ấm Trà Tri Kỷ...
Ai Người Tri Bỉ!

Đây ấm trà ngon
Chờ người tri kỷ
Tâm sự giang đầu
Gởi tương giang vĩ

Mưa rơi hữu ý
Ướt đẫm tâm tư
Giang vĩ giang đầu
Niềm riêng cất giữ

Quay lưng nhìn lại
Vẫn thấy bóng người
Dù đã cách xa
Một trời mây nước

Hoài niệm xanh trong
Thấm lệ chan hòa
Một thời ươm mộng
Tình lên sắc hoa

Đêm tối vời xa
Đưa tay chạm nhẹ
Vách sầu hư ảo
Hồn buồn ủ ê

Lặng nghe năm tháng
Thời khắc chưa về
Kiếp người chìm nổi
Tình ta bộn bề

Người tương giang vĩ
Ta bến giang đầu
Ai người tri kỷ!
Giữa thời bể dâu

Chén trà đã nguội
Theo nắng chiều phai
Mùi hương trên tóc
Nhạt dần vì ai

Lệ buồn mắt ngọc
Gương nước in sâu
Có con đò dọc
Chở đầy mưa ngâu

Ta ngồi độc ẩm
Dạ nguyệt tiêu sơ
Tình xưa duyên thắm
Dáng ai xa mờ!

Hồn thơ mộng mị
Thuyền trăng chưa về
Giang đầu giang vĩ
Ai còn si mê?

Trả Lại Tên Em...

Sài Gòn ơi! Tên em đẹp quá
Dáng trang đài, phố sá kiêu sa
Gió mơn man áo trắng ngọc ngà
Nhịp guốc nhẹ khua vang góc phố

Sài Gòn ơi! Tên em khốn khổ
Kể từ ngày đánh mất quê hương
Lạ lẫm tên, lạ lẫm con đường
Lạ lẫm cả màu cờ, khác biệt

Sài Gòn ơi! Gọi tên tha thiết
Đêm trở trăn, cơn mộng chẳng yên
Ngày xót xa bao nỗi lụy phiền
Tim rạn vỡ hai miền tối sáng

Sài Gòn ơi! Tên em năm tháng
Mãi rạng ngời Hòn Ngọc Viễn Đông
Đời nghiêng chao bởi gió bắc phong
Em đứng giữa phố già tên mới

Sài Gòn ơi! Tên em vời vợi
Nắng Sài Gòn in lối Duy Tân
Mưa bập bềnh bong bóng ướt chân
Vạn lần gọi, Sài Gòn thương nhớ!

Trả lại em, Sài Gòn một thuở
Trả lại em, Hòn Ngọc Viễn Đông
Trả lại em tên gọi khắc lòng
Sài Gòn vẫn muôn đời mãi sống...

Biển Cũng Mù Xa

Biển đêm ru nỗi nhớ chiều
Ta sầu ru khúc cô liêu nhớ người
Sóng vờn đuổi sóng cuối trời
Ta vờn đuổi bóng bên đời buồn tênh
Thuyền trôi lờ lững bồng bềnh
Mình ta đối bóng chênh vênh phận mình

Biển đêm chờ sáng bình minh
Ta sầu se cát lặng thinh dã tràng
Sóng vờn từng đợt xốn xang
Ta vờn bóng quế hình tan chập chờn

Thuyền trôi bọt sóng neo đơn
Mình ta ngồi ngắm nỗi hờn trăm năm
Biển đêm vắng một chỗ nằm
Ta sầu ru khúc kiếp tằm nhả tơ...

Màu Hoa Cúc

Tháng Mười đến màu cúc vàng tươi thắm
Nhởn nhơ đùa trong nắng ấm ban mai
Hoa e thẹn gặp người trong ánh mắt
Và nụ cười như muốn nói giùm ai!

Tháng Mười Một màu cúc hồng phấn nhạt
Lòng vô tư theo cánh gió đong đưa
Hàng giậu thưa nghiêng mình đùa bóng nắng
Chiều chậm đưa biết nhớ mấy cho vừa!

Tháng Mười Hai cúc màu lung linh trắng
Cõi hư vô buồn... đưa tiễn người thân
Cát bụi trần gian xoá hết nợ nần
Bên khung cửa hoa ngậm ngùi tủi phận

Hoa bên người, người bên hoa muôn thuở
Hương thu đong đưa cúc nở chiều tà
Và dĩ nhiên còn mãi những thu xa
Hoa cúc nở võ vàng lên mấy độ...

Lời Tạ Ơn
Hòa Trong Nhịp Thở

Xin tạ ơn công Cha nghĩa Mẹ
Đã tạo nên một tấm hình hài
Biết bao nhiêu gian khổ chông gai
Mong cho con đến ngày khôn lớn

Xin dâng lên đoá hoa thắm đượm
Tình yêu thương tạ ơn Thầy Cô
Đẹp làm sao cái tuổi học trò
Ngày hai buổi tung tăng chân sáo

Xin tạ ơn, dù đời giông bão
Chung quanh tôi vẫn lắm người thân
Những yêu thương chăm sóc ân cần
Giúp vượt qua đoạn đường gian khó

Xin tạ ơn quê hương tôi đó
Dòng phù sa màu mỡ ngàn đời
Dù bây giờ cách trở trùng khơi
Vĩnh Long ơi! Lúc nào cũng nhớ

Lời tạ ơn hòa trong nhịp thở
Của tháng ngày viễn xứ lưu vong
Xin tạ ơn dải đất mênh mông
Đã cưu mang cánh chim lìa tổ.

Tóc Ngắn Đề Thơ

Ta thấy những lối mòn xa tắp
Dấu chân người khuất lấp nơi xa
Gió vô tình thư thả ngang qua
Quét nhung nhớ, thổi sầu kỷ vãng

Ta thấy dòng sông trôi lãng đãng
Lại vô tình ngờ vực tháng năm
Ánh trăng tan vụn vỡ âm thầm
Con sóng vỗ chìm sâu đáy nước

Hương nguyệt quế hoàng hôn lạc bước
Giấu đem vào suối tóc để mơ
Sợi tóc dài buộc nỗi bơ vơ
Còn sợi ngắn đề thơ thương nhớ...

Tâm Sự Gửi Ba

Có những điều rất là thầm kín
Đã từ lâu con giấu trong lòng
Không dám nói... chỉ nhờ chữ viết
Thương ba nhiều, ba biết hay không!

Từ những ngày con còn bé bỏng
Bàn tay ba chăm sóc ân cần
Có đêm con biếng ăn sốt nóng
Trán ba hằn nhiều những vết nhăn

Con vô tư vui cùng đèn sách
Gánh nặng thêm chồng chất vai gầy
Chợt một ngày tim con quặn thắt
Nhìn tóc ba bạc trắng như mây

Không dịu dàng như tình của mẹ
Nhưng lòng cha đại lượng bao dung
Suốt đời lo cho bầy con trẻ
Ôi! Tình cha cao quý vô cùng

Những yêu thương trong lòng ấp ủ
Mà sao không nói được thành lời
Trước tình cha, bao nhiêu ngôn ngữ
Cũng trở thành vô nghĩa mà thôi

Con đủ lớn, làm cha làm mẹ
Mới hiểu được lòng của mẹ cha
Xin tạ ơn đất trời thượng đế
Đời chúng con diễm phúc còn ba.

Như Cát Bụi Vô Thường

Cô mèo nhỏ ngồi bên khung cửa nhỏ
Chiếc đuôi cong ngoe nguẩy nói thay lời
Tiếng meo meo trong vắt giữa làn hơi
Niềm vui có trong đời không nghĩ ngợi

Cô mèo nhỏ ngồi bên khung cửa nhỏ
Cúi đầu buồn nhưng chẳng biết vì sao
Trời bao la, lặng lẽ những sắc màu
Vẫn ngoan ngủ lúc vào đêm mỗi tối

Cô mèo nhỏ ngồi bên khung cửa nhỏ
Nũng nịu hờn nheo mắt ngọc làm duyên
Chân bước đi êm nhẹ dáng ngoan hiền
Chợt ngoảnh lại như nhớ quên chốn cũ

Rồi một hôm thấy trống trơn khung cửa
Lòng sũng buồn thêm ray rứt điều gì
Nhớ làm sao ánh mắt đến dáng đi
Yên ắng quá tiếng meo meo đâu nhỉ!

Chợt thoáng thấy cô nằm ngoài khung cửa
Trên thảm cỏ xanh giữa những cành hoa
Thật an nhiên và trông rất hiền hoà
Mắt đã khép... đã xa rồi một kiếp

Chữ vô thường có từ muôn kiếp trước
Nghe ngậm ngùi theo mỗi bước chân đi
Ta và cô thân phận có khác gì
Như cát bụi đến đi trong lặng lẽ.

Tôi Vẫn Bé!

*Tôi vẫn bé,
như bốn mươi năm trước
dáng học trò, nhiều mơ ước vô tư
mắt ngây thơ ngời sáng đọc tình thư
len lén chút mà sao đời đẹp quá*

*Tôi vẫn bé,
như hai mươi năm trước
trọn niềm tin cho tình tự tuyệt vời
cuộc tình tôi kết bằng ánh sao trời
ôi đẹp quá, tràn niềm vui hạnh phúc*

*Tôi vẫn bé,
như ngay trong hiện tại
mỗi chặng đời ghi lại một ước mơ
hãy ngừng trôi, giữ lại ý tình thơ
ngăn kỷ niệm đừng phôi pha năm tháng*

*Tôi vẫn bé,
giữa đời nhiều ngang trái
mặc đồ tình lắm dầu dãi phong sương
tìm lãng quên bên chuông thánh giáo đường
lòng khấn nguyện tình thương cao chất ngất*

*Tôi vẫn bé,
cùng người xây ước mộng
chút hương yêu, san sẻ sóng tình thơ
sông, nước, biển, trời, nguồn suối trăng mơ
TÔI VẪN BÉ như… ngày thơ thuở ấy.*

Giòn Nắng Tiếng Cười

Tiếng cười níu lại tuổi thơ
Giòn vạt nắng sớm thẫn thờ bình minh
Nắng màu vàng lụa lung linh
Nhuộm vàng màu áo xinh xinh đôi tà

Tiếng cười bung cánh môi hoa
Cho đời tươi thắm tình xa lại gần
Tình người tình bạn thật chân
Tình yêu có phải... bâng khuâng hỏi chiều

Tiếng cười như nói bao điều
Niềm vui hạnh phúc tin yêu cho đời
Lấp đi khoảng trống chơi vơi
Xoá bao phiền muộn thay lời yêu thương

Tiếng cười giòn nắng vấn vương
Cỏ hoa trăng gió dặm đường người đi
Vần thơ ôm vận cũng vì
Tiếng cười giòn nắng xuân thì còn đây...

Chỉ Có Mình Biển Hiểu

Sáng tinh mơ...
mặt trời chưa thức giấc
Giọt sương mềm ướt đẫm dưới chân em
Cả bầu trời trong tĩnh lặng bình yên
Em nhẹ bước chân trên làn cát mịn

Để lắng nghe
từng lời ru của biển
Giai điệu nhẹ nhàng như những khúc tình ca
Ngọt ngào thay hạnh phúc của đôi ta
Em chỉ muốn thì thầm cho biển hiểu

Em yêu anh
một tình yêu huyền diệu
Như tấm lòng của biển cả mênh mông
Rất êm đềm vào những lúc rạng đông
Và cuồng nộ khi màn đêm buông xuống

Trong tim em
anh là vầng dương sáng
Trọn kiếp này và muôn kiếp về sau
Chẳng bao giờ mình có thể rời nhau
Và điều ấy chỉ có mình biển hiểu...

Như Vệt Bóng Chim Di

Ừ! Dã tràng se cát
Sóng mãi hôn cát vàng
Nhạc biển còn âm vang
Điệu tình tang quên nhớ!

Bọt sóng lùa hoa nở
Chóng vỡ như hoa tàn
Bèo mây hợp rồi tan
Cánh chim ngàn ẩn hiện

Em một mình với biển
Lắng nghe biển thì thầm
Tình đã lỡ trăm năm
Dấu yêu hằn cõi nhớ

Màu hoa nắng rực rỡ
Cánh bướm lượn nắng mai
Đời như cánh chim bay
Trời mênh mông biển sóng

Em với em một bóng
Như vệt bóng chim di
Đời còn lại những gì
Ngoài trái tim chân thật...

Mùa Thu Paris
Tranh sơn dầu trên bố của hoạ sĩ Nguyễn Sơn, Germany

Thu Nga

- Sinh tại Triều Sơn, Hương Trà, Thừa Thiên Huế
- Định cư tại Hoa Kỳ năm 1975.
- Phu quân là Cựu Sinh Viên Sĩ Quan Trường Võ Bị Quốc Gia Việt Nam Khóa 18.
- Có 4 con, 3 trai, một gái và có 6 cháu nội và 1 cháu ngoại
- Viết văn thơ từ thời trung học, thích hội hoạ, kịch nghệ, ca hát
- Bắt đầu viết cho báo Thời Đàm, một trong những tờ báo đầu tiên tại Dallas-Fort Worth với những truyện ngắn, ký sự, phóng sự, phỏng vấn nhân vật…
- Cộng tác với những tờ báo địa phương khác: Thế Giới Mới, Thế Hệ, Thời Báo
- Đang cộng tác với các báo: Đa Hiệu, Tin Văn
- Đương kiêm Phó Chủ Tịch Ngoại Vụ Trung Tâm Văn Bút Nam Hoa Kỳ
- Giám Đốc đài phát thanh Sài Gòn Dallas 1600AM (16 năm)
- Giám Đốc: SBTN/TX (từ năm 1995)

Tác phẩm đã xuất bản:

- *"Ngậm Ngùi Hương Xưa"* (tập truyện ngắn 1998)
- *"Bên Bờ Hạnh Phúc"* (tập truyện 1999)
- Trường kịch *"Đời Sống Trên Đất Mỹ"* viết riêng cho đài phát thanh và cùng đóng với các xướng ngôn viên (2003)
- Trường thiên tiểu thuyết *"Mây Theo Gió Về"* (2004)
- Tác giả và Đạo Diễn Phim *"Đời Sống Vẫn Trôi"*, trình diễn, phát hình trong chương trình SBTN/DFW, phát hành DVD năm 2010.
- Tuyển tập truyện ngắn *"Gió Đưa Cây Cải"* 2010. (Ra mắt sách ngày 12 tháng 9 2010 tại Dallas)
- Phóng tác và đạo diễn phim **"Cuối Đường Hoàng Hôn"**, phát hành DVD Dec 2012.
- Truyện dài **"Mấy Trăng Cũng Khuyết"**, xuất bản 2014, ra mắt sách ngày 19 tháng 7 2014 tại Asia Time Square, Grand Prairie
- Tập Hồi Ký **"45 Nam Nhìn Lại"** 2020
- Viết Bình Luận hàng tuần cho CT SBTN/TX và radio Saigon

Mòn Mỏi

Chim xa cành thương cây nhớ cội
(Con) xa mẹ hiền đoài đoạn từng cơn
Phương tây mây xám giăng nhiều quá
Dương mắt thấy chăng chỉ nỗi hờn

Mẹ già sương trắng pha mái tóc
Lưng còng tay yếu chậm bước chân
Chờ con thao thức bao canh vắng
Mắt cũng mờ dần theo tháng năm

Chữ hiếu chữ trung con đánh mất
Xa nhà mất nước chạnh lòng đau
Thềm xưa mỏi mắt chờ con mãi
Mẹ hỡi bao giờ thấy mặt nhau?!

Con đi mái tóc còn xanh thắm
Nay bụi thời gian nhuốm bạc rồi
Mà sông núi đó xa xôi quá
Con làm sao được hỡi mẹ ơi!?

Chiều chiều con ra đứng ngõ sau
Ngó về quê cũ dạ dâng sầu
Một phương gió lộng trời đông đó
Hỏi cánh nhạn kia bay về đâu?

Khi tôi về

Tôi về chỉ thấy lòng hoang vắng
Quê cũ làng xưa chẳng thấy đâu
Có chăng tang trắng vươn khắp xóm
Trĩu nặng u sầu cảnh bể dâu

Tôi về để nối vòng tang mẹ
Tang cha, tang chú và tang anh
Khắp cả hai miền tôi chỉ thấy
Nhà tranh, vách đất buồn lạnh tanh

Tôi về để thấy đàn cháu nhỏ
Mất nét hồn nhiên của trẻ con
Tôi về để thấy em khôn lớn
Không có bữa cơm cho ra hồn

Tôi về để thấy anh què quặt
Mình chị chạy lo từng miếng ăn
Mẹ ngồi bó gối bên đàn muỗi
Đứa bé sơ sinh buồn lặng câm

Tôi về để thấy mình mất hết
Mất cả quê hương cả người thân

Khóc Mẹ

Có những lúc khi chiều vàng chợt tắt
Lòng bồi hồi con nhớ quá mẹ ơi
Nhớ hôm nào với những bước đầu đời
Mẹ dìu dắt từng nắm tay âu yếm

Lại những lúc con đòi bồng bú mớm
Cả canh thâu mẹ thao thức võng đưa
Vóc mẹ hư hao, mắt mẹ nhạt nhòa
Con ấm đầu mẹ đau từng khúc ruột

Mẹ ru con mới giọng buồn da diết
Nước mắt mẹ rơi từng điệu ca dao
Tay mẹ đong đưa hồn mẹ đau nhừ
Con khôn lớn trong tình thương mật ngọt

Nhưng bỗng chốc tai ương con mất hết
Xa quê hương và mất cả mẹ hiền
Biết đâu tìm những hình ảnh thân thương
Con bật khóc vì con không còn mẹ

Bóng Nắng

Giải lụa trắng vướng mình trên tóc cỏ
Sương giật mình lấp lánh mắt ngây thơ
Buổi sáng đó chim kêu lời mật ngọt
Lòng xôn xao em biết có anh chờ

Nắng trải dài in hình ta sóng bước
Hương không gian nghe ngọt lịm đầu môi
Thiên đường nhỏ trên lối mòn soãi cánh
Em có anh là vũ trụ vui rồi

Đời vẫn trôi một ngày ta mất nắng
Quê hương ly tan khói lửa mịt mờ
Cố tìm hoài một giấc mơ xa vắng
Mà nắng vàng đâu còn nữa tuổi thơ

Thân viễn xứ vẫn nhớ hoài bóng nắng
Kiếp tha hương nghìn kỷ niệm nhớ thương
Phố phường xưa có còn như năm cũ
Hay đã phai như bóng nắng sân trường?

Phương Đông
Hẹn Ngày Tái Ngộ

Đau gió Bắc ngựa Hồ khan giọng hí
Thương cành Nam chim Việt vỡ giọng ngân
Từ quê hương ta, trái đất nửa vòng
Lệ mờ khóc, quê nhà xa ngút mắt
Trăng phương Tây cô đơn buồn hiu hắt
Một mình ta với tâm sự mang mang
Niềm đau thương dâng ngập đất trời hoang
Phương đông hỡi! ta hẹn ngày tái ngộ
Để một sớm được nhìn cha
Để một chiều trông thấy mẹ
Một sáng được gặp em
Ôi ta mơ ngày được lau khô dòng lệ
Trong buổi đoàn viên dậy tiếng quân reo
Ta ngẩng mặt nhìn lên Tổ Quốc thân yêu
Bóng cờ vàng đang tung bay ngạo nghễ
Mẹ nở nụ cười rạng rỡ
Cha quệt mồ hôi ánh mắt rực vui
Anh, chị, em, lòng sung sướng bồi hồi
Chúng con về đây ngày hội lớn
Nghe đâu đây vang dậy tiếng quân reo
Việt Nam ơi!
Việt Nam ơi!
Ta mỏi mắt mỗi chiều!

Em Thấy Gì Không

Em nghe gì không? Tiếng Cuốc kêu
Em thấy gì không? Gió đổi chiều
Bốn ngã đường thành chiêng trống dục
Rộn rã trong lòng tiếng loa reo

Em có thấy không? cờ Vàng bay
Em có nghe không? Chim gọi bầy
Quê hương chờ đợi ngày tươi sáng
Tổ Quốc đang chờ mọi bàn tay

Em biết gì không? Máu đã rơi
Em nhớ gì không? hận đời đời
Nung chí đấu tranh ngày quật khởi
Anh linh sống núi đã dậy trời

Em hãy cùng ta cất tiếng ca
Ta về xây đắp lại sơn hà
Việt Nam tươi thắm màu dân chủ
Êm ấm thanh bình với Tự Do

Vết Đau Còn Đó

Không còn nữa, mẹ già không còn nữa!
Đêm giật mình con bỗng thấy đơn côi
Lời trối trăn ôi! đau đớn bùi ngùi
"Con của mẹ, bao giờ con trở lại?!"

Đất nước loạn ly, đau thương oan trái
Từ xa quê, trái đất ngỡ ngừng quay
Con lạy thời gian xoay lại một đời
Để được quỳ bên mẹ yêu lần cuối

Bốn mươi lăm năm miệt mài trôi nổi
Đau thương kia trong dạ vẫn ngút ngàn
Mẹ già lìa đời nước mắt chứa chan
Đôi mắt mờ vẫn nhìn qua cửa sổ

Bóng con yêu vẫn mịt mờ trong gió
Tiếng nắc nghẹn ngào mẹ nhắm mắt xuôi tay
45 năm trời oan trái vẫn còn đây!

Gọi Mưa Tháng 8

Gọi mưa về tình trong rất trong
Từng giọt rơi rơi ướt gót hồng
Nắng nhạt nhòa pha lê vỡ vụn
Gọi mưa về tình trong rất trong

Tháng Tám trời không một gợn mây
Nên em gọi mưa cho tình đầy
Trời mưa tháng Tám như mật ngọt
Em gọi mưa rồi anh có hay

Em gọi tên anh trong tiếng mưa
Mà nghe tim vỡ tự ngàn xưa
Anh đi tháng Tám trời nhỏ lệ
Tháng Tám buồn hiu ngọn cỏ đùa

Nhớ

Cái nhớ chiều nay bỗng trở về
Nhớ nhà nhớ nước nhớ tình quê
Nắng mưa nơi ấy sao mà nhớ
Nhớ dáng em ngồi rủ tóc che

Ai bảo thời gian như bóng câu
Trăng mờ, trăng tỏ đã bao lâu
Sương giăng mờ ảo buồn sông nước
Sông vẫn nơi nầy, trăng ở đâu

Chuyện cũ ngày xưa sao bỗng nhớ
Mơ hồ ta cứ ngỡ chiêm bao
Bốn mươi năm lẻ còn ngơ ngác
Quê mẹ tang thương như thuở nào

Ồ lạ! bỗng dưng lòng nhớ quá
Nhớ mưa từng hạt đậu ngón tay
Nhớ nắng lung linh đùa dãi nón
Nhớ quay, nhớ quắt, nhớ từng ngày

Xuân Này Xuân Xưa

Mùa xuân hoa mai nở
Vàng rực một góc sân
Bên hiên ai chải tóc
Bút thi nhân ngập ngừng
Em vừa tròn đôi tám
Mộng nhuộm làn mi xanh
Anh là trai lính chiến
Giày vướng bụi quân hành
Trời trên cao xanh ngắt
Ai bảo thua mắt em
Liễu xanh đùa với gió
Ai nói thua môi mềm
Em qua thời chải tóc
Mắt đượm màu hoàng hôn
Anh cuộc đời lăn lóc
Ngắm thời gian mà buồn
Hơn nửa đời xa xứ
Mưa rơi hay lệ tuôn?

Không Còn Gì Nữa

Em là gái hậu phương
Yêu anh trai tiền tuyến
Chiều hành quân qua làng
Mình gặp nhau quyến luyến
Những lần anh ghé thăm
Với giày sô áo trận
Em thẹn thùng bên anh
Tóc thề bay trong nắng
Mỗi lần mình chia tay
Mắt em long lanh lệ
Anh bâng khuâng thở dài
Hãy đợi anh em nhé
Ngày thanh bình ta chờ
Đã không bao giờ tới
Anh ra đi không về
Trong một ngày lửa khói
Em giờ đã sang sông
Trong một ngày lộng gió
Nhớ anh mắt long lanh
Cố ngăn đôi dòng lệ
Nhớ lời anh năm xưa
Nhưng còn gì đâu nữa!

Tiếng Thở Dài

Sáng nay ra đứng ngoài hiên
Nghe con chim nhỏ hót buồn làm sao
Mù khơi quê mẹ nơi đâu
Quê người nghe nặng trái sầu trong tim
Nhìn lên nắng đã đứng im
Ngọc lan xao động, lá tìm nỗi đau
Một mai ta có xa nhau
Hương xưa xin giữ một màu trinh nguyên
Trường làng cũ, mộng đầy tim
Dưới tàng cây ngọc bóng hình còn đây
Sáng nay nghe tiếng thở dài
Của con chim sẻ hay ai trở về!
Đâu là thực, đâu cơn mê
Mùi hương năm đó tứ bề vây quanh

Nguyện Cầu

Bao nhiêu kẻ cuồng chân
Mắt tìm khung cửa nhỏ
Mong bóng tối xa dần
Để cuộc đời bớt khổ

Dịch Cô Vy cuồng nộ
Cả trái đất ngả nghiêng
Như trái bom thả xuống
Làm thế giới tang thương

Nước Mỹ giờ hỗn loạn
Không biết sẽ về đâu
Tưởng như chuông tận thế
Chờ chực đổ lên đầu

Ta hai lần tỵ nạn
Quê hương giờ quá xa
Nhận nơi đây nương náu
Nên mắt lệ nhạt nhòa

Cúi đầu khẩn nguyện ơn trên
Bình an ban xuống xin nguyền khắc ghi

Mặt Trời Ta Ơi!

Sáng hôm nay mặt trời không thức giậy
Vẫn còn chờ hơi sương đẫm đầy sân
Em đứng đó với mộng còn bỡ ngỡ
Trong chiêm bao thấy ai đứng tần ngần

Gió thổi nhẹ qua tàn cây buổi sáng
Chim không còn hót tha thiết trên cành
Đã qua rồi tiếng dế vọng đêm trăng
Mùa thu đã nhẹ nhàng len song cửa

Người không đợi như lời người đã hứa
Miệt mài đi một sớm gió thu buồn
Đêm mộng mị vẫn nghe mùi hương tỏa
Buổi chia tay thảng thốt ở góc vườn

Thôi còn chi mối tình đầu non dại
E ấp làn mi dưới chiếc nón bài thơ
Người qua đó chân ngập ngừng đứng lại
Sân trường quen ai ngơ ngác đứng chờ

Nay xa nhau đã gần non thế kỷ
Hình bóng xưa vẫn đầy ắp trong tim
Mặt trời của ta ơi sao vẫn im lìm
Thức giậy đi sương đã tan rồi đó!

Mộng đã qua giờ chỉ còn nhung nhớ
Ngát hương thơm của một thuở mong chờ!
Mặt trời ta ơi sao vẫn còn đâu đó
Sáng lên rồi sao vẫn tưởng trong mơ!

Trần Trung Đạo

Trần Trung Đạo quê quán Duy Xuyên, Quảng Nam. Tốt nghiệp Tú Tài phần 1 và 2 tại Trung Học Trần Quý Cáp Hội An. Ghi danh theo học tại Luật Khoa và đại học Vạn Hạnh, Sài Gòn.

Sau 30-4-1975, như phần lớn sinh viên trước 1975, chuyển sang đại học Kinh Tế. Vượt biên bằng đường biển vào Tháng Sáu năm 1981, được chiến hạm Mỹ USS White Plains vớt và đưa về trại tỵ nạn Palawan, Philippines. Định cư tại Boston, Massachusetts, Hoa Kỳ vào cuối tháng 11, 1981. Tốt nghiệp Kỹ sư Điện toán tại Wentworth Institute of Technology, sau đó theo học Information Management Systems và chuyên ngành về Financial Planning tại Boston University. Phụ trách một bộ phận cơ sở dữ liệu (database) cho hãng đầu tư tài chánh Fidelity Investments.

Đóng góp vào việc xây dựng mạng lưới Internet đầu tiên của người Việt hải ngoại trong giai đoạn phôi thai của kỹ thuật này, đồng thời nỗ lực xây dựng các phong trào trẻ tại hải ngoại từ đầu thập niên 1990. Thuyết trình về các vấn đề tuổi trẻ, cộng đồng, nhân quyền và hiểm họa Trung Cộng tại nhiều nơi.

Tác giả của 15 tác phẩm bao gồm các lãnh vực văn, thơ, tâm bút, hồi ký, tiểu luận, chính luận. Ủng hộ mọi phong trào, tổ chức, đảng phái có mục đích thay đổi một cách căn bản cơ chế chính trị Cộng Sản tại Việt Nam và xây dựng một chế độ dân chủ nhưng là người hoạt động độc lập, không phải là đảng viên, thành viên, hội viên của một tổ chức hay đảng phái chính trị nào.

Ngoài sáng tác văn học, thích đọc sách, chụp hình, du lịch, sinh hoạt văn nghệ với thân hữu.

Ngày Lập Xuân Buồn Ở Mỹ
(Tưởng nhớ TT Lê Minh Đảo)

Ngày lập xuân mà lòng không vui
Trời mưa hay trời khóc thương người
Hoa xuân chưa nở, sao đành héo
Thu đã về đâu, sao lá rơi!

Cố níu, thời gian trôi vẫn trôi
Mộng tàn phai như tuyết trên đồi
Người quen lần lượt theo mây khói
Bỏ lại bên đường một bóng côi.

Có lạnh nào hơn lạnh tháng ba
Có nhớ nào hơn nỗi nhớ nhà
Nhìn quanh, quạnh vắng hai bờ cát
Một dòng sông vừa mới trôi xa.

Anh thương em như em thương anh
Thế hệ buồn, thế hệ chiến tranh
Mang bao thương tích đi cùng khắp
Và chết âm thầm theo tháng năm.

Boston 20/3/2020

Thăm Mộ Nguyễn Xuân Phước

Ta về Dallas chiều mưa bay
Vẫn nụ cười tươi sao mắt cay
Bạn chết mồ xa sương khói lạnh
Ta còn lưu lạc giữa trời Tây

Còn sống ta sẽ về Quế Sơn
Hát giữa đồi sim bao nhớ thương
Sẽ nói với rừng thu bát ngát
Có một người con chết giữa đường

Còn sống ta sẽ về Duy Xuyên
Ngồi dưới hàng tre trông nước lên
Nước trôi vẫn nhớ chân cầu cũ
Chân cầu còn nhớ nước hay quên

Tạm biệt, ta đi chiều hôm nay
Bạn ơi, một chiếc lá vừa bay
Nhớ nhau xin hẹn cùng sông núi
Sẽ rót đoàn viên một chén đầy.

Nhớ Núi Thương Rừng

Ta vẫn hằng mơ ngày trở lại
Thăm rừng Nghi Hạ, núi Nghi Sơn
Núi đứng chờ ai khô lệ đá
Rừng xưa mấy độ lá thu rơi

Mưa có buồn hơn trên xóm vắng
Nắng có vàng thêm những buổi chiều
Ta đi tuyết đổ lên đời trắng
Mưa buồn như mắt mẹ đêm khuya

Chùa xa ai giục hồi chuông đổ
Hay tiếng ru con dưới mộ phần
Cả đời ta chưa yên giấc ngủ
Chập chờn mộng mị trắng thâu canh

Hàng tre Nghi Hạ còn hay mất
Có phải nơi này mẹ gặp cha
Ai uống ngày xưa ly nước vối
Mà nay cay đắng đọng đời ta

Quê hương, ta sẽ về thăm nhé
Dẫu ước mơ xưa đã tật nguyền
Lưng ta đời chém hàng trăm nhát
Còn đây nguyên vẹn một con tim

Ta vẫn hằng mơ ngày trở lại
Thăm rừng Nghi Hạ, núi Nghi Sơn
Sông Thu nước lớn bao mùa lụt
Có xóa dùm ta những tủi buồn

Biết còn chi nữa không Nghi Hạ
Chén rượu hoa niên đã nhạt rồi
Rừng xưa lá đã bao mùa rụng
Lòng người sao còn mãi chia phôi

Ta sẽ nói gì khi trở lại
Nghìn lời không đủ để quên đau
Giữa một non sông tràn máu lệ
Khóc cười cũng chẳng khác chi nhau

Phủi bụi giang hồ trên nếp áo
Ta về như gái khách hoàn lương
Mình ta đứng giữa trời mây trắng
Khóc tuổi xuân phai ở cuối đường.

Lụa Duy Xuyên

Ai về qua phố Hội An
Mua giùm tôi tấm lụa vàng Duy Xuyên
Con đi góp lá trăm miền
Mẹ ngồi dệt sợi ưu phiền quanh năm
Mai nầy khi trở về thăm
Sẽ may cho mẹ chiếc khăn gói trầu
Dù xa cách nửa địa cầu
Có hồn con vẫn theo hầu mỗi đêm.

Đừng Trở Lại

Anh ra đi Sài Gòn xưa đã chết
Cây me già cô độc đứng nghe mưa
Đừng trở lại chẳng còn gì nữa hết
Em đã tàn hương sắc của năm xưa

Anh ra đi phố phường xưa đổi khác
Ngọn đèn xanh le lói bóng ga chiều
Những kỷ niệm vàng hoe trên mái tóc
Tóc em buồn từng sợi rối đêm khuya

Anh ra đi cửa lòng em đã đóng
Với đau thương chồng chất thuở xuân thì
Đừng trở lại chẳng còn ai mong ngóng
Xuân đã tàn từ độ én bay đi

Anh ra đi em một mình lầm lũi
Con đường câm trong những tối không đèn
Đừng trở lại em quen rồi cực khổ
Anh cũng quen rồi cuộc sống ấm êm

Anh ra đi mùa đông buồn ghê lắm
Mùa mưa dài thăm thẳm ở nơi đây
Đừng trở lại chẳng cần ai đưa đón
Để em ngồi nghe lá khóc trên cây

Anh ra đi mẹ bao lần đã nhắc
Đứa con yêu lưu lạc ở phương nào
Anh có đọc nỗi buồn sâu trong mắt
Mắt mẹ già năm tháng đã hư hao

Anh ra đi đàn em thơ đã lớn
Nhìn hình anh ngơ ngác hỏi là ai
Bầy chim nhỏ giữa trời đầy dông tố
Chim đầu đàn vẫn biệt dưới chân mây

Anh ra đi quê hương nghèo hơn trước
Những lầm than vẫn nối tiếp nhau về
Bài thơ cũ mơ làm người yêu nước
Đến bây giờ anh còn nhớ hay quên.

Vẫn Đứng Lên Cười Với Thế Nhân

Ta vẫn đi trên quãng đường dài
Âm thầm không một dấu chân ai
Ta đi như thế từ lâu lắm
Thuở tóc chưa vàng mộng chửa phai

Bốn mươi năm ngó lại đời mình
Khóc nhiều cho vận nước điêu linh
Quê hương ngàn dặm trời mây trắng
Bóng mẹ chìm trong mỗi hướng nhìn

Mẹ trách ta sao lỡ hẹn thề
Mỗi mùa lá rụng lắng tai nghe
Cây đa già đứng bên đường vắng
Chiếc lá vàng đi chẳng trở về

Em trách ta xuống phố quên làng
Bao lần én lượn, bướm bay ngang
Em ơi con bướm vườn xuân ấy
Chẳng thể tìm nhau, chỉ ngỡ ngàng

Bạn trách ta toan tính lọc lừa
Trăm lần ta chẳng thiết hơn thua
Đời ta xiêu lạc từ thơ ấu
Coi chuyện ơn thù như nắng mưa

Ta vẫn đi trên quãng đường trần
Thương từng hạt bụi vướng đôi chân
Đời xô ta gục, buồn, không trách
Vẫn đứng lên, cười với thế nhân.

Tháng Chạp Quê Người

Tháng Chạp đêm nằm nghe bão tới
Gió thét từng cơn, gió hãi hùng
Cây đập rung nhà, trời lửa chớp
Nhớ thuở còn trôi trên Biển Đông

Thương những oan hồn đang chết uổng
Chết ở đầu sông, chết cuối nguồn
Một dải đất nghèo bao thế kỷ
Bạn thù chia một nấm mồ chung

Thương kẻ trong tù ngồi bó gối
Đợi một mùa Xuân chửa trở về
Sông núi vẫn còn sông núi đó
Mà xa như cách mấy sơn khê

Tháng Chạp quê người không thấy Tết
Chỉ thấy dài thêm nỗi nhớ nhà
Mộng vẫn chưa thành, năm sắp hết
Ngày đi cứ tưởng mới hôm qua

Tháng Chạp, ôm đàn ra đứng hát
Gõ nhịp mà nghe lạnh kiếp người
Tiếng nhạc bay xa vào cõi vắng
Ngoài sân tuyết trắng ngậm ngùi rơi.

Em Đừng Hỏi

Em đừng hỏi sao ta già trước tuổi
Khi thời gian đâu có nghĩa lý gì
Tuổi của ta được tính bằng khắc khoải
Bằng tủi buồn trên mỗi bước ta đi

Em đừng hỏi quê hương ta có đẹp
Khi hận thù còn nhuộm đỏ giang san
Ai mới đạp trái mìn chưa nổ kịp
Bao nhiêu năm cuộc chiến vẫn chưa tàn

Em đừng hỏi cha mẹ già bao tuổi
Chưa bao giờ ta kể chuyện đời ta
Xin hãy để cho niềm đau yên ngủ
Vết thương lòng năm tháng sẽ phôi pha

Em đừng hỏi ta mong về quê cũ
Chiếc lá khô còn nhớ cội thương cành
Ta chẳng lẽ bước chân đời lê mãi
Nơi quê người làm một kẻ lưu dân?

Em chúc cho ta được tròn ước nguyện
Vâng, ta còn mơ ước nhỏ mai sau
Ta sẽ sống để chờ ngày trở lại
Hôn một lần lên đất mẹ thương đau.

Lời Thú Tội Của Thằng Cu Tí
(Tặng Nguyễn Xuân Phước 1954-2015)

Tôi, công dân của cường quốc Hoa Kỳ
Vừa sống sót qua một thời dâu bể
Tôi nhuộm tóc cho đời thêm tươi trẻ
Đổi tên mình cho dễ đọc, dễ nghe

Thưa, tôi chính là thằng Cu Tí ốm teo
Một dạo mót khoai trên vùng Kinh Tế Mới
Đêm Sông Bé căn nhà tranh tăm tối
Bữa ăn chiều không đủ cháo thay cơm

Tôi quên rồi, tôi là kẻ vong ơn
Sẽ gởi nắm xương tàn nơi đất khách
Trong giấc ngủ, tôi mơ về Bahamas, Las Vegas
Mơ con tôi một ngày sẽ vào Harvard, Stanford

Tôi nghiêm chỉnh chào cờ trước mỗi trận football
Nhưng ghét những lễ thượng kỳ quốc gia, quốc kháng
Mặc ai chết, ai vào tù ra khám
Gánh sơn hà đâu phải để tôi lo

Tôi thích nói về chuyện stock, mutual fund
Hơn là chuyện cháo rau khoai sắn
Đời là thế, có khi mưa khi nắng
Tôi trả lời về quá khứ đau thương

Tôi thích khoe mình mới được lên lương
Giấu đi những món nợ đời tôi chưa trả hết
Tôi nợ cha đôi mắt trừng khi chết
Nợ mẹ già dòng máu chảy trong tim

Tôi quên rồi, tôi có vạn thằng em
Đang lây lất trên vỉa hè, góc phố
Sẵn sàng giết nhau vì chén cơm manh áo
Và học đường là những tối đi hoang

Tôi quên rồi, tôi có vạn đứa con
Trôi giạt giữa quê hương mùa bão lửa
Là tôi đấy những ngày xưa thiếu sữa
Trong tay gầy của mẹ buổi sơ sinh

Tôi quên rồi, tôi có vạn người anh
Trong ngục tối, trên rừng sâu núi thẳm
Người đi khuất vào hư vô quên lãng
Không mộ bia và không cả họ tên

Tôi quên rồi, những người chị thân yêu
Đang lạc lõng nơi nào trên đất Thái
Đêm chị ngủ có mơ về quê ngoại
Bên hàng dừa, bên ruộng lúa nương dâu

Đêm giao thừa trên đất khách mưa bay
Nghe ai gọi từ bên kia biển rộng:
Nầy Cu Tí, mầy là thằng phản bội
Tôi giật mình và sực nhớ ra tôi.

Ghé Raleigh Thăm Bạn

Tôi đến Raleigh chiều nắng nhạt
Xa nhà, phố lạ cũng thành thân
Dẫu đã hơn nửa đời lưu lạc
Cũng ấm lòng theo ngọn gió xuân

Tôi chẳng hẹn hò, anh chẳng đợi
Đời gian nan vui được mấy lần
Quê hương xa quá về chưa được
Đành chọn nơi nầy để nghỉ chân

Lòng tôi đã lạnh từ năm ấy
Nên chẳng còn mơ chuyện hão huyền
Gặp nhau vẫn nặng tình mây nước
Chuyện kể chưa tàn đã trắng đêm

Tóc bạc theo mỗi ngày biệt xứ
Bụi cuộc đời trắng đã đôi vai
Tiều phu gánh củi về ngang núi
Trăng chiếu lưng đèo một bóng soi

Thời nhiễu nhương tìm đâu tri kỷ
Giấu trong hồn một nỗi chờ mong
Như anh khép cả tình thơ lại
Lặng lẽ đi tìm một chữ không

Tôi sống một đời như ẩn dật
Áo phù vân gói mộng công hầu
Ngửa hai tay trắng tàn canh bạc
Mơ ước chi nhiều cũng bể dâu

Mai này nếu chẳng tìm nhau được
Tôi sẽ ngâm thơ tưởng vọng người
Tự hỏi bên trời sương khói đó
Có còn ai nhắc đến thơ tôi

Thơ tôi đã đọng thành băng tuyết
Nhỏ xuống trần gian những giọt sầu
Tâm sự chẳng cần ai thương tiếc
Nên cười máu chảy suốt đêm thâu

Tôi kẻ lạc loài, đêm quán vắng
Một lời để nhớ đến trăm năm
Mai nầy khi gió mùa xuân thổi
Xin nhớ rằng tôi đã ghé thăm.

Tháng Bảy Và Em

Tháng Bảy hè sang sinh nhật em
Đất trời cây cỏ bỗng xanh thêm
Trăm con ve nhỏ hòa trong nắng
Một khúc tình ca tưởng đã quên

Mấy độ trường xưa phượng trổ bông
Mấy mùa sim nở tím chờ mong
Chao ơi giọt nước trùng dương đó
Biết có quay về trên bến sông

Mây chở về đâu bao nhớ thương
Sáng nay chim nhỏ hót sau vườn
Anh nghe có tiếng bàn chân nhẹ
Và tiếng em cười trong khói sương

Chẳng thể gần nhau, chẳng thể quên
Tình phai như sợi tóc thu mềm
Nửa khuya thức dậy nhìn sương xuống
Mới biết rằng anh vẫn nhớ em

Tháng Bảy hạ về trong mắt trong
Thuyền xa sao sóng dội bên lòng
Nhớ ai, anh nhặt vầng trăng cũ
Trăng vỡ tan tành dưới gót chân

Không hẹn cùng nhau khi tóc xanh
Thì thôi hương lửa cũng xin dành
Trăm năm hay dẫu ngàn năm nữa
Lá của rừng thu, em của anh.

Tình Thơ Mùa Phượng Vĩ

Em trở lại quê hương mùa phượng vĩ
Đời kiêu sa trên mười ngón tay mềm
Anh cúi mặt đi giữa trời dông bão
Quê hương mình nghèo lắm phải không em

Thời ly loạn tưởng chẳng còn gặp nữa
Anh làm thơ hoài vọng dấu chân người
Em thuở ấy tóc thơm mùi hoa bưởi
Áo lụa vàng rung nhịp bước chân vui

Trời sinh anh ra làm tên đãng tử
Khóc say sưa những chuyện thế gian cười
Tình huyễn mộng nên tình thường dang dở
Đời vốn buồn nên tiếc một lần vui

Em trở lại quê hương mùa hạ đỏ
Sợ con ruồi con muỗi dính trên tay
Sợ vũng nước đen, sợ bờ kênh nhỏ
Sợ người quen như sợ kẻ ăn mày

Em đã gặp gì chăng trên vỉa phố
Đám dân nghèo khổ cực sớt chia nhau
Và như thế hai mươi năm "giải phóng"
Họ cúi đầu gánh chịu những thương đau

Như anh cúi đầu nhìn em trở lại
Thương cuộc tình một thuở đã xanh rêu
Ôi cô gái tóc thơm mùi hoa bưởi
Chết thật rồi trong mộng tuổi hoa niên.

Nếu Mai Mốt Tôi Về

Có còn nhận ra tôi không
Hỡi thành phố cũ
Những mái ngói xanh rêu
Bức tường vôi loang lổ
Bài thơ xưa ghi dấu một phần đời.

Có còn nhận ra tôi không
Hỡi mơ ước tuổi hai mươi
Bờ bến cũ, ngậm ngùi thân sỏi đá
Tôi về đây, sông xưa, dòng nước lạ
Ngó mây trời mà khóc tuổi hoa niên.

Có còn nhận ra tôi không
Hỡi cây đa cũ trong sân
Nơi tôi đứng những chiều thu lá đổ
Đừng hát nữa đa ơi, bài ca buồn vạn cổ
Tấm thân gầy đau nhức nhối trong đêm.

Có còn nhận ra tôi không
Hỡi những giọt cà-phê đen
Ly rượu đắng cho môi đời bớt nhạt
Khói thuốc bay như mây trời phiêu bạt
Trên con đường nay đã đổi thay tên.

Có còn nhận ra tôi không
Hỡi bè bạn anh em
Ai còn sống và ai đã chết
Ai ở lại lao đao, ai phương trời biền biệt
Giờ chia tay sao chẳng hẹn quay về.

Có còn nhận ra tôi không
Hỡi ghế đá công viên
Những mái lá che tôi thời mưa nắng
Từ nơi đấy trong đêm dài yên lặng
Tôi ngồi nghe sông núi gọi tên mình.

Có còn nhận ra tôi không
Hay tại chính tôi quên.

Túy Hà

Cung Bảo Bình/

Đoàn Thy Vân/Nguyên Hà

cũng chỉ là một người

Đã trang trải với đời:

Tình gầy (thơ)/Tình yêu lang thang và chiến tranh (thơ)/

Trên đồng lau trắng (tùy bút)/*Những nẻo đường hành hương* (ký sự dở dang)/ *Rực rỡ đời thường* (hợp tuyển) /*Dấu ấn da vàng* (thơ) / *Dã Quỳ Vẫn Nở* (thơ)/

Những mảnh đời biệt xứ (Truyện ký) / *Không chỗ gối đầu* (thơ) /*Cát Bụi Lưu Vong* (thơ)

Lối cũ vẫn trong tim (CD thơ viết chung)
Thơ tình của Túy (CD thơ)
Vàng lên nỗi nhớ (CD thơ nhạc)

Góp mặt:

Tuyển Tập Văn Bút (nhiều tập)

Một Phần Tư Thế Kỷ Thi Ca Hải Ngoại,

Tin Văn và hầu hết các Báo Chí Văn Học Hải Ngoại.

Hội viên P.E.N. international

Chủ Tịch Trung Tâm Văn Bút Nam Hoa Kỳ

Sẽ trình làng:

Hữu Hạn Vô Biên (Thơ)

Một thời áo lính (thơ)

Vầng trăng huyền hoặc (Tập Truyện)

Dòng sông say (Thơ Tuyển)

Cuộc Rượu Tàn

(hôm ấy với những đời văn:
đặng phùng quân, phan xuân sinh, vĩnh tuấn, nguyễn xuân thiệp, phạm cây trâm, đức phổ, ngu-yên, phạm tương như, lương thư trung…)

Trước chén đầy là nụ cười nắng mới
sau chén vơi là nước mắt lặng rơi
ta đứng giữa cơn mưa chờ nắng tới
mong bên kia nồi cháo lú chưa sôi

cuộc rượu bày giữa cuồng ngôn âm vọng
chữ nghĩa làm mồi đãi bạn phong vân
nghe như thác đổ vào lòng lũng rộng
rượu bốc hơi ngầy ngật những hồn mây

đời đãi ngộ ta hay không đãi ngộ
cứ cạn chén đầy rót tiếp chén vơi
trăng giấu mặt đêm chừng như dừng lại
người đối diện người thác đổ mưa rơi

*cuộc rượu mới nhưng bình xưa vẫn cũ
cạn chén thiên thu biết mấy cho vừa
dốc đời còn nguyên những bờ đá dựng
hào sĩ hôm qua gối giấc mộng thừa*

*thêm chén nữa đi để rồi ly biệt
cạn nốt hồ trường còn tiếc hương đưa
dăm đứa bên trời như chim trúng đạn
tàn cuộc rượu suông cười khóc chưa vừa*

*hào sĩ hôm nay mộng vời cố quận
còn đó được thua theo cuộc lữ dài
đêm khóc ngất ngày cười ngây dại
chén rượu đời gần cạn vẫn còn cay*

*trước chén đầy là nụ cười héo hắt
sau chén vơi là nước mắt khô đầy
tàn cuộc rượu người đoạn trường đau thắt
như chim trời gãy cánh nhớ ngàn mây*

Khấp Tạ Thi Sĩ Tô Thùy Yên

1938-2019

Tô Huynh hỡi, về đâu khi sông cạn
chẳng còn nghe tiếng sóng lao xao
đâu còn thấy trăng theo nước lớn
chỉ thấy sao rơi chạm đáy sông

Tô huynh ơi, bao năm lao nhục
từng tương thân chia chén cơm tù
Đinh Thành Tiên đứng làm người cản gió
với hình hài chỉ còn có xương da
vậy mà vẫn trải lòng trên dưới
chẳng bao giờ lên tiếng hơn thua.
lòng mở mênh mông tình cao vời vợi
gởi niềm tin theo gió bay xa
năm tháng qua chai lì hóa đá
vẫn dịu êm ru từng tiếng thơ rơi
vẫn đệ huynh như thời còn quân ngũ
vẫn sống vui với bạn lính bạn tù.

khi bước ra khỏi lao tù nhỏ
huynh đi về lê một bóng lẻ loi
từng bước thấp cao
nhịp trên đường lớn
ngửa cổ cười khan tự biệt hành
Huynh về tìm lại căn nhà cũ
vườn xưa hoa lá cũng điêu tàn
còn đâu hương bưởi hương cau nữa
làm sao gỡ được tử sinh phù
khó lòng phá được bùa trấn yểm
bằng tấm thân tàn xương cốt thô.

Chung quanh. lạ nhỉ nhà tù lớn
nhiều lắm bóng hình những quỷ ma
kiểm lòng tự hỏi ta về thật
hay chỉ là ta trong giấc mơ
mơ một thời **trường sa hành*** nhỏ máu
mơ một **chiều qua phá tam giang***
mơ một ngày vượt qua biển lớn
mơ thấy ta về
thắp tạ* để mai đi
về đâu. về đâu ai biết
để cám ơn hoa không vì ta mà nở
mà nở đều cho cả thế giới vui

bài thơ viết vội không lời kết
Huynh thắp tạ rồi Huynh đã đi
chỉ tiếc là đi sao không để lại
một lời gì cho những ngày sau
hỡi ơi, hương khói không nói được
đời sẽ không vui thiếu một người
người là sao lạc trời cao rộng
hãy đã rơi vào nỗi trống không.
sao cũng mặc. Tô Thùy Yên hằng sống
trong vườn hoa văn học năm châu
và trong tôi. vẫn hằng tâm niệm
Tô Huynh là anh lớn của riêng tôi.
xin thắp tạ một nén nhang không khói
tiễn huynh về nơi không có trầm kha.
nơi có nhiều kỳ hoa dị thảo
để cho huynh lả lướt những đường vui.

Muốn nói thêm. viết thêm nhiều nữa
nhưng Huynh ơi! nước mắt đã nhòa.
Xin cúi đầu tiễn thêm một bước
Như cạn thêm một chén rượu sầu.

* Tựa thơ Tô Thùy yên

Từ Thơ Xa Lắc

Bài thơ viết đầu ngày giờ khai ngộ
viết đi viết lại cứ lần khần
ý cong chữ méo
tâm tất bật
có ngộ gì đâu lạ gì đâu
từ lâu đã cố gom con chữ
trên báo trong ngoài nước đưa tin
có cô giáo trẻ
tâm không trẻ
hỏi đi hỏi lại đã mấy lần
đất nước mình đã mấy ngàn năm
sao vẫn bé và thiếu hơi khát sữa
câu hỏi lạ mà thật ra không lạ
thiên đường vô sản chính là đây
cô giáo dạy gì khi mây và gió
đang ngược đường bay
về thời đồ đá
thật là ngộ quá phải không.
tuổi trẻ hôm nay
học trang sử méo
tuổi già hết hơi, dở khóc dở cười
ba triệu đảng viên hiện thân bạch tuộc
hút máu dân đen
âm thầm bán đất
cho người anh em mười sáu chữ vàng
trên mỗi cùm gông còn nguyên dấu ấn
còn ai phạt tống bình chiêm
còn ai chiến bào khét khói
còn ai hàm tử cầm hồ

*có lẽ chỉ còn bé con khát sữa
nhưng đâu phải là thánh gióng năm xưa.
đất nước mình không ngộ, nhưng mà
lạ ở chỗ người biến hình vô cảm
bước ra đường tim để ở nhà
bước ra đường không còn nhớ mẹ cha
tranh nhau sống giữa chợ đời chống đói.
đêm việt nam vẫn còn ngủ gật
ngày việt nam bá thở ngộp hơi.
cao ốc vươn lên đụng mây chưa thỏa
tượng đài nghìn tỷ chẳng nhằm nhò
chuyện nhỏ thôi mà
có gì mà ngộ
mạng sống tiền tài
sức dân là phấn thổ
đất bán lâu rồi nước có như không.

Hỏi nước sông Lam
có nghiêng dòng chảy?
non cao Hồng lĩnh
mây trắng còn bay?
chân chất quê mình
còn không Hà Tĩnh
sao đồng khô cỏ cháy hải sản trương sình.
đã về đâu rừng vàng biển bạc
đã về đâu nhân nghĩa lý tình

cô giáo Lam ơi! Có gì đâu mà ngộ
chuyện lên đời, quen quá, lạ gì đâu.
chỉ lạ là sao mình cô trăn trở
và ngộ là đâu nhịp thở Việt Nam.*

Chiều Cùng Kiệt

tôi là người gác dan
trong khu vườn phế tích
đầy cỏ dại hoang vu
ngày qua ngày u tịch
tôi là người xà ích
theo vó chân ngựa già
lê trên đường sỏi đá
từ một thời rất xa
tôi là người phiêu dạt
khắp các nẽo sông hồ
sông nghẽn dòng giấu mặt
hồ nghiêng chiều nắng khô
tôi là người nhặt rác
giữa chợ đời vắng tanh
tấm thân tàn bệ rạc
gánh nắng chiều mông mênh

tôi là ai ai biết?
tôi là tôi tỉnh say?
nương đời theo cánh gió
gió ngược chiều không bay.
đã xế chiều cùng kiệt
sương trắng điểm mái đầu
sáng xanh chiều vội bạc
tôi về đâu đi đâu?

nhớ ra tôi lính cũ
một thời chinh chiến xa
sa trường bao nhiêu dặm
hiểm địa nào cũng qua
bỗng một ngày mạt vận
tháng tư hoa gạo còn
trên cành cao đỏ thắm
dưới chân máu tươi bầm
lệnh đầu hàng rất vội
quan lính cùng hỡi ôi
cuộc đổi đời lạ quá
chưa đánh đã thua rồi!?

từ đó ngày trần ai
đêm mơ toàn mộng dữ
cho đến tận hôm nay
bên trời xa vẫn hỏi
tôi là ai? là ai?
tôi là người lính cũ?
hay là gã mỹ vàng?
có nhớ không dân việt
còn lầm than đói nghèo
dưới hoàng hôn đỏ máu
trên đầu là gươm treo.

Vàng Lá Thu Xanh

Mùa Xuân Trên Đỉnh Chu Pao

Mùa Xuân trên đỉnh Chu Pao
Sương vây mây quyện đồn cao gió lùa
Mưa hoa chạm cửa giao thừa
Biên phòng trấn thủ những mùa xuân xa

Gác đêm canh thức đồn nhà
Thèm hơi thuốc ấm nhớ làn hương quen
Dưới thung le lói ánh đèn
Khóc người chết sáng mơ đêm hồn về

Tâm hoảng loạn lậm bùa mê
Trắng đêm sương lạnh sơn khê dập vùi
Đời cây cỏ cũng ngậm ngùi
Thương đêm biên tái xót người thức canh

Chư pao hoa nở trắng cành
Cây đầy vết đạn, rừng xanh xám màu
Người vùng cao bám đất nâu
Cồng chiêng u uất rượu cần đắng men

Bao năm chinh chiến chưa quên
Vào ra sinh tử tiếng kèn thúc quân
Đã xa sao vẫn như gần
Chu pao xuân cũ tự thân vẫn còn

Vết xâm nỗi nhớ không mòn
Lính rừng chết trẻ giữ đồn Chu pao
Đỉnh cao mây lấp chiến hào
Mùa xuân hoa trắng vượt rào thọ tang

Thôi đành mượn rượu ngang tàng
Rưới vào xuân mới hai hàng nến lay
Chiêu hồn trinh sát về đây
Cạn chung rượu nhạt đong đầy bi thương.

Đỉnh Chu pao mây và sương
Vết thương ứ máu ly hương vẫn còn.

Mẹ Miền Tây

bài thơ viết giữa ngày giỗ mẹ
chợt chạnh lòng nhớ cuống rún đau
bà mụ cắt, miểng sành không bén
và chôn nhau nơi đất gò bồi
gió hai phía sông tiền sông hậu
thổi phù sa đọng lại đôi bờ
những cánh bèo trôi sông lạc chợ
tấp vào đây lập xóm nương nhờ
hướng về đông cổ chiên chợ nổi
sóng nước hiền hoa nở xôn xao
như nhớ thương bến bờ sông gọi
tiếng quê hương nam bộ ngọt ngào
nghe ai nhắc mai về đất vĩnh
tự dưng lòng dậy sóng lao xao
tự dưng thôi, sao nhưng nhức nhớ
như kiến bò qua cuống rún non
nhớ tiếng mẹ cười vui dưới nón
nón đứt quai bạt gió sân vườn
thành cánh diều bay lên cao vút
cho hoa cau rụng trắng hiên nhà
rơi trên tóc mẹ hiền điểm bạc
"sương trắng miền quê ngoại: là đây
giờ mẹ đã về miền miên viễn
tôi vẫn gió mây vẫn ngậm ngùi...

bài thơ viết nhân ngày giỗ mẹ
chữ nhòa lệ đẫm lấy gì vui...

Huế Vẫn Xanh Rêu

Huế đã rất xa những mùa thi
Mà sao vương vấn mãi người đi
Cửa Đông xóm cũ buồn như thể
Thượng Tứ hờn ai mưa phân ly

Theo trái Mù-U lăn tuổi trẻ
Như Nhạn qua lầu Phú Văn Lâu
Chợt nhớ chợt thương trường xưa cũ
Hàm Nghi trung học thuở ban đầu

Đường Đinh Bộ Lĩnh buồn in dấu
Nhà sách Khánh Quỳnh nhớ mắt nâu
Quanh quẩn gần xa hương sen ngát
Mùa hạ Tịnh Tâm nắng vàng sâu

Rêu phong cổ tích nghe hồn đá
Khóc gọi người xưa xương cốt sầu
Thủy tạ tâm hồ rung tiếng nguyệt
Dư âm còn đó cổ cầm đâu.

Qua đồn Măng Cá thương Cầu cạn
Nghe chó sủa khan dưới nguyệt tàn
Xót đời gái trẻ thời ly loạn
Độ nhật cầm chân khách bẽ bàng

Nếu có quyền uy xin được đổi
Huế biến thành huê, Huê trăng hoa
Khách lạ dừng chân xao xuyến đợi
Xóm nhỏ đường riêng chị em ta

Huế đẹp trầm tư Tôn Nữ là
Bài thơ trên nón, áo nghiêng tà
Nụ cười e thẹn như hoa nở
Lén giữa trời xuân xanh đã xa

Tiếc thay mơ rụng, hồn trăng vỡ
Sóng nước Hương Giang chẳng khứ hồi
Đưa khách sang sông xa nguồn nhớ
Ngự Bình Vọng Cảnh nát tâm cơ

Thương người dân Huế mang theo Huế
Xa thẳm trùng khơi vẫn nhớ về.
Đất nước ngàn năm mưa nắng Huế
Còn nguyên hồn đá giữa trầm mê.

Thương người dân Huế còn nhớ Huế
Vì Huế chính là xác hồn quê.

Sài Gòn Đêm Một Thoáng

riêng dnguyễn-uyênthy

*tháng tháng năm năm ngỡ là như đã
thoáng trôi qua theo mộng vỡ giữa ngày
bỗng hồi đầu trở về thăm chốn cũ
đỉnh vu sơn mưa gió lại tương phùng*

*hơi thở ngọt nồng thơm hương rượu mật
rót cho đầy ân ái chén giao bôi
anh cúi xuống đời em lòng rất thật
em gối đầu lầm lỡ cũng đành thôi*

*hình bóng lạc nhau đã là nhập lại
máu dồn tim da thịt nóng cận kề
như chuyện kể từ ngàn xưa cổ tích
mộng trang sinh kim hồ điệp mơ về*

*chuyện ngàn năm còn ghi trong thư tịch
là dấu ấn đời ân ái thăng hoa
nửa kia ơi! nhanh nhanh lên với chứ
đêm ngắn dần ngày sẽ chóng phôi pha*

*nụ hôn dài tính bằng năm ánh sáng
giữa tinh cầu như chỉ có đôi ta
mặc vòng tay quỷ hay ma quấn quít
anh cũng xin hứng hết những nghiệt tà*

*chỉ một chút thôi, em ơi rất lạ
cũng kéo dài như thể đã trăm năm
trong ta bà bụi hồng là cõi tạm
cõi tình em chính thật chốn dung thân*

*anh là người lữ hành đường nắng gió
biết đâu là bờ tịnh bến bình yên
may mà đời còn có em thật ngộ
níu lại anh đang hồn Việt thân Ngô**

*tạ ơn em, ơn đêm dài nguyệt vỡ
đã cho anh chút hạnh phúc cuối đời
đã cho anh biết hóa giải thật, mơ
và hay quá con tim vui trở lại.*

*cám ơn em ngàn lần không khép lại
vì em ơi! sài gòn cũ chưa phai.*

Vũng Tàu
Còn Nhớ Hay Quên

Vũng tàu thuở ấy vờn trong mộng
ảo cảnh biển thiên nhớ chập chùng
Có những con đường lá bàng ửng đỏ
Ngắn thôi những dài lắm cuộc tình
Có những con đường lá me nghiêng
Bay xuống
Đậu trên đầu thiếu nữ tóc còn xanh
Có những con đường nắng vàng rực rỡ
Tung tăng chân sáo tuổi học trò
Những sáng tinh mơ
Biển mờ sóng nhỏ
Bãi dương hàng liễu dỗi hờn
Vũng tàu quê tôi
Thật ra nhỏ lắm
Chỉ có mình núi lớn là to
Thương quá bãi sau trông về núi nhỏ
Đường quanh co tình tự một thời
Có mũi nghinh phong dưới hải đăng lặng lẽ
Bao đời thương khó giữa nắng mưa.

Vũng tàu bây giờ trở thành phố thị
Những màu sơn sặc sỡ lạ kỳ
Những ngôi nhà hình thù nham nhở
Đông tây trộn lẫn khó hài hòa
Vũng tàu chân quê dường như không còn nữa
Khách sạn nhà hàng như nấm sau mưa
Gái làng chơi bên hông nhà thờ cổ
Gần phố vui mà chân vẫn dính bùn
Bước chân tôi qua vũng buồn tuổi nhỏ
Bóng nghiêng xiêu chẳng nhìn thấy cổng trường
Dù tiếng trống xưa còn vang trong ký ức
Rất mơ hồ mà tràn ngập nhớ thương.
Tháp chuông giáo đường
Nghiêng xình xuống hỏi
Người về
người sẽ về đâu.

Ơi vũng tàu ơi
Người xa vẫn nhớ
Còn người gần bóng lạc hình xiêu
Những bạn ngày xưa
Như mây cố xứ
Chạm cửa chiều quanh quẩn vời tà huy.
Những gốc bàng xưa chắc còn đâu đó
Biết lá còn vàng theo gió vờn bay.

Vũng tàu đã xa tầm tay hải ngoại
Nhớ đất nhớ người
Nhớ bằng hữu qua đi thôi.

Tự Dưng

thương ngòi bút viết chuyện người
thương cây cọ vẽ những đời tả tơi
thương từng con chữ hong phơi
theo trang giấy ố rụng rơi nắng chiều
thương màu phai sắc du phiêu
nhạt nhoà nét vẽ nhiều điều gấm hoa
thương đôi mắt biếc mù loà
lệ khô rơi rụng cho ta ngậm ngùi
thương hoài câu hát không vui
ru ta bếp lạnh dập vùi lửa than
dư âm khơi dậy điêu tàn
dưới tro than đỏ ngổn ngang nỗi niềm
thương ta từ những luỵ phiền
gánh thêm thương tật nghe triền miên đau
ta về độc ẩm đêm sâu
nghe nhưng nhức nhớ thuyền câu nước ròng
câu thời câu thế không xong
làm sao câu được nỗi lòng phù du

đời tự do tim ngục tù
thất phu lỡ vận căn tu cũng mòn
trời ơi nhớ quá nước non
quê nhà còn đó gót mòn chân xiêu
chân xiêu lê bước du phiêu
làm thân khách trú ngoại kiều tâm trung.
cuối đời bút cọ bất phùng
thời cơ mạt vận đường cùng bệnh phu.

chỉ còn đôi mắt hồ thu
từ trong tiền kiếp về ru nỗi buồn
trời ơi thèm một nụ hôn
ngàn xa - xa lắc vẫn còn hương xưa.

Sẽ Có Một Ngày

Ngày nào đó hoa dân chủ nở
Trên bạc màu phấn thổ quê hương
Thì chắc chắn chữ tự do tự gỡ
Những xích xiềng kềm kẹp dân ta
Và chân lý thuộc về người công chính
Không thế lực nào cướp được dài lâu
Tự do công chính là khát vọng
Của muôn người muốn sống ngẩng cao đầu
Như bốn mùa đến đi tái diễn
Như giận hờn thương ghét vẫn gần nhau
Nếu khôn g có những trái ngang nghịch cảnh
Thì đời này sẽ là chốn bồng lai
Thì hai chữ hơn thua biến mất
Chiến chinh không còn có những phân tranh
Và nhân loại đã thành tiên thành thánh
Sống vô ưu giữa thế giới này
Làm gì còn trầm luân hay dâu bể
Chỉ còn người mãi mãi thương người...
Nhưng ước mộng
Có thể là tham vọng
Như hoa rơi nước chảy chuyện thường tình
Có những thứ không tự nhiên mà có
Phải tự mình quyết chí bền tâm
Phải tự mình trải lòng gan dạ thép
Tự mở đường cho ước mơ bay
Thì có ngày mãn thiên hoa vũ

Và dĩ nhiên hoa dân chủ tự do
Chắc chắn sẽ vươn lên mạnh mẽ
Từ những người vì công lý đấu tranh
Từ những người kết thân nhục thể
Làm cầu treo nối bờ vực quên mình
Từ hồng hoang vô ưu và hữu hạn
Lằn ranh biên giới rất mơ hồ
Giữa nhân gian bóng hình là hư ảo
Là Nguyệt khuyết như đời người hữu hạn
Là Trăng tròn như vũ trụ vô biên
Người ghét ngươi nhất thời nhất thế
Người thương người chân lý muôn đời
Nếu không thì nhân quần xã hội
Làm sao còn tồn tại đến hôm nay
Người ghét ta bây giờ, chưa hẳn thế
Vì biết đâu mai lại luyến thương nhiều
Xin cám ơn chân lý đời bất biến
Cho loài người tồn tại dài lâu
Xin cám ơn chữ tự do dân chủ
Cho khát vọng người mãi mãi vươn cao.

Về Nơi Gió Cát

Ai về khắc lại câu thơ cũ
Đã khuyết trong ta cả một đời
Chiến chinh binh lửa tàn chưa nhỉ
Sao dưới tàn tro than ngậm ngùi!

Nhắn ai khắc chữ trên bia mộ
Khắc nốt dùm ta nỗi nhớ người
Nhớ nước lớn ròng từ xa bến
Nhớ đò đưa khách vượt bờ mê

Khắc sâu thêm chút tình tri ngộ
Tráng sĩ sang sông cô lái buồn
Người đi chí lớn gom trời đất
Cũng đựng không đầy chén càn khôn.

Một khắc chia xa là biền biệt
Vầng trăng cổ tích vẫn chưa già
Vẫn rãi gấm vàng lên sông bạc
Yên ba thủy thượng lẫn trầm kha

Ai về khắc lại trên hoang mạc
Mắt biếc dung nhan đã rã rời
Theo mùa gió loạn mờ cát bụi
Người như tượng đá đã về đâu

Nghĩ trước nghĩ sau đời phiêu hốt
Chiến chinh cô phụ một đời đau
Người ngoài biên tái hồn cố xứ
Lòng tự hỏi lòng núi sông đâu.

Nhìn lên mây trắng hờ hững quá
Nhìn xuống hỡi ơi! Vẫn dặm trường.

Buổi Sáng

Tranh màu của hoạ sĩ Thuỵ Dương

Yên Sơn

- Tên thật: Trương Nguyên Thuận
- Tuổi hai con cá.
- Sinh quán Quảng Ngãi, Việt Nam.
- Hiện cư ngụ Kingwood, TX, USA.
- Cử Nhân Quản Trị Kinh Doanh và Computer Engineer.
- Các bút hiệu khác: Trương Vô Kỵ, Đoàn Dự, Tiên Bác, Tiên Anh, Lê-Thứ An, LTA.

- Trước 1975, có văn thơ đăng thường kỳ trên các báo Phổ Thông, Thời Nay, Phụ Nữ Diễn Đàn, Trắng Đen. Thành viên Thi Văn Đàn Chim Việt Trà Vinh.

- Sau 1975, cộng tác thường xuyên với hầu hết các Diễn Đàn Internet Việt ngữ, Đặc san, các Văn Đàn Thi Ca Hải Ngoại, và báo chí Việt ngữ qua Văn, Thơ, Tuỳ Bút, Hồi Ký, Phóng sự, Truyện ngắn.

- Cựu Tổng Thư Ký Trung tâm Văn Bút Nam Hoa Kỳ trực thuộc Văn Bút Việt Nam Hải Ngoại, từ 2000-2004.

- Cựu Tổng Thư Ký Ban Chấp Hành Trung Ương Văn Bút Việt Nam Hải Ngoại nhiệm kỳ 2008-2011.

- Nguyên Ứng Cử Viên Chủ Tịch VBVNHN, nhiệm kỳ 2011 & 2014

- Cựu Chủ tịch Ủy Ban Định Chế VBVNHN, nhiệm kỳ 2011 & 2014

Tác phẩm Văn, Thơ đã xuất bản:

• Tập thơ "Quê Hương và Tuổi Trẻ", 1975

• Tập thơ "Cho Quê Hương – Tôi – Và Tình Yêu", 1998

• Tập thơ "Một Đời Tưởng Tiếc", 2002

• Tuyển tập Truyện Ngắn "Mưa Nắng Bên Đời", 2018

• Tuyển tập Truyện Ký "Hạnh Phúc Không Xa", 2020

• Trang Nhà, www.thovanyenson.com, 2009

CD Thơ, Nhạc Tuyển chọn:

• Những Giọt Sương Rớt Muộn. Nhiều tác giả, 2003

• Lối Cũ Vẫn Trong Tim. Nhiều tác giả, 2009

• CD Nhạc 1: Góp Chút Hương Cho Đời 2018

• Thực hiện và đăng trên Youtube "Nhạc Yên Sơn" hơn 40 Video ca nhạc đủ thể loại.

Tác phẩm sẽ thực hiện:

• Tuyển Tập Thơ Văn Yên Sơn

• Tiếp tục sáng tác và thực hiện nhiều Video nhạc mới.

Nhìn Mưa Bụi Bay

Ta đã đợi người từ muôn năm trước
Hoặc cũng sẽ chờ đến tận nghìn sau
Sự đợi chờ là cả một nỗi đau
Khi mưa bụi rớt đầy trên khung nhớ

Dẫu đã biết ta yêu người lầm lỡ
Dẫu không gian có cách biệt muôn trùng
Dẫu cuộc đời thiếu vắng lượng bao dung
Nhưng ta vẫn cứ cam lòng bước tới

Ôi lòng xuân, sắc màu chen phới phới
Có sợ gì bão chướng với phong ba
Có biết chăng... ta cũng chỉ là ta
Là mộng hão với mơ hoang... lạ lẫm

Ta yêu người với tình yêu say đắm
Như sương thu trên mặt lá vàng hoe
Như mưa ngâu trên dốc bụi trưa hè
Nhưng ngờ nghệch như anh chàng mới lớn

Nghĩ không gặp đã một trời đau đớn
Để đêm về bỏng cháy nỗi nghiệt oan
Gió vô tình thổi cánh lá đi hoang
Trong tiềm thức chân mây nào đứng đợi

Dù đã biết vẫn cam lòng bước tới
Độ lượng nào cũng một cuộc phù sinh
Ngàn năm sau biết người có chung tình
Khi ước hẹn khởi đầu muôn năm trước

Chuyện mai sau nào có ai biết được
(Mặt trời vẫn lên, trái đất vẫn quay)
Nhưng buồn ơi! Màn mưa bụi hôm nay
Ta chỉ ước nắm tay người đi dạo

Nhớ Một Phương Trời

Đêm ngủ mơ đi trên bờ cát
Sóng vỗ mênh mang
Nhớ đến một người
Nhớ bờ môi ngoan rộn rã tiếng cười
Chạy trong nước
Đùa vui trong nắng

Tiếng cười hồn nhiên
Xôn xao tiếng sóng
Dội vào hồn tôi như sóng vỗ bờ
Để đêm về thành mộng thành mơ
Cho tôi sống lại quãng đời xuân thắm

Không gian bao la, đường đi vạn dặm
Mỗi phương trời một nỗi nhớ riêng mang
Có ai buồn nhặt hết được trái ngang
Để tôi đánh thức con tim vui trở lại

Muốn gọi thăm, tay cầm phone ngần ngại
Rồi thở dài cho nỗi nhớ thăng hoa
Biết rồi đây, sau tháng lại ngày qua
Còn được gặp nhau sau thời Cô-Vít (*)

"Gặp lại nhau?" Một tương lai mờ mịt
Nghĩ thế thôi... như muối xát trong lòng
Biết ai có còn nhớ nghĩ đến mình không
Sợ "xa mặt cách lòng"
...và tình yêu đã là dĩ vãng!

Hương Biển

rồi tới lúc phải lìa xa
niềm vui chưa trọn, ngày qua vội vàng
chuyện vui buồn, lẽ hợp tan
bâng khuâng tự hỏi có còn tương lai

khi ra về nắng chiều phai
đường xa thẳm sợ nhớ ai võ vàng
dẫu chưa là cuộc ly tan
mà nghe như một cung đàn chùng dây

khi ra về nắng cuối ngày
vòng ôm từ biệt nhìn say môi cười
vừa rời tay đã nhớ người
nhớ con sóng vỗ nói lời chia ly

trùng trình quay gót bước đi
khi vòng tay muốn ôm ghì... vội buông
biết rằng không thể tròn vuông
thì xem như mộng canh trường. Đành thôi!

Bài Thơ Tiễn Biệt

Ga chiều nay tiễn người về cố quận
Buồn mênh mang đi giữa lối không đèn
Gió thì thầm như hơi thở vừa quen
Nghe trống vắng giữa chiều thu mới chớm

Mấy ngày qua mình có nhau hôm sớm
Cùng ngồi bên nhau lặng ngắm dòng sông
Cùng đùa vui như chim sáo sổ lồng
Giờ ly biệt hai phương trời xa khuất

Dầu không bon chen được thua còn mất
Nhưng làm sao ngăn cấm được nỗi buồn
Em đi rồi để lại những vấn vương
Những yêu dấu cứ hằn trên ảo giác

Lá thu rơi cùng nỗi buồn man mác
Nhớ thương em, thương thân gái dặm dài
Biết đến bao giờ, biết có tương lai
Mình gặp lại nhau khi mùa thu chớm

Anh ngồi xuống ngắm trời đêm ảm đạm
Dõi chân trời xa hình bóng thương yêu
Tiếng cười thanh tao, giọng nói yêu kiều
Cứ vang vọng cho hồn anh chao đảo

Cứ vang vọng cho lòng anh giông bão
Chúc em bình an về đến bến bờ
Cuối cuộc tương phùng anh dệt vần thơ
Để cảm tạ tình yêu em diễm tuyệt

Chào Mùa Xuân Mới

Sáng thức dậy ra vườn
Thấy hoa cười rực rỡ
Phảng phất mùi jasmine vàng trong gió
Cây đâm chồi, lá nảy lộc nơi nơi
Hương xuân cao đến chín từng trời
Đi dạo một vòng nghe rừng thông cất cao tiếng hát

Azalea mọi nhà nở hoa bát ngát
Redbud tím hồng cũng khoe sắc dưới nắng xuân
Vạn vật hồi sinh dưới màu nắng lung linh
Chim chóc đùa vui gọi nhau ríu rít
Làm tôi nhớ đến một người nơi phương trời xa tít
Nhớ mắt môi, nhớ giọng nói, nụ cười

Nhớ một mùa xuân mình từng bước chung đôi
Vui trong nắng, hạnh phúc vờn trong gió
Tình chúng mình dẫu vẫn còn nguyên như cũ
Nhưng xuân này ta chẳng có nhau

Dừng chân ở giữa cầu
Chỗ em đứng soi mình trong dòng nước
Nắm tay anh, em nói lời nguyện ước
Hy vọng một đời mình chẳng lìa xa

Đâu có ai ngờ tháng lại ngày qua
Mới đó đã 17 năm dư rồi chứ đâu có ít
Chuyện tương lai của chúng mình vẫn còn mù mịt
Nhưng cám ơn đời mình vẫn còn nhau.

Quày trở lại vườn sau
Nằm trên võng nghe từng hồi chuông gió
Nhìn khói thuốc bay thấy vài con chim đỏ
Đậu trên cành vang tiếng gọi mùa xuân
Trời lồng lộng cao
Mây trắng ngập ngừng
Ở phương đó... em có nhớ về anh không nhỉ?

Vàng Lá Thu Xanh

Tuổi Thơ Của Tôi

trời râm ran vào Thu
tôi bỗng thấy nỗi buồn vướng mắc
như nụ hoa ở cuối mùa hương sắc
cúi xuống nhìn nguồn cội phát sinh

từ lúc tôi rời quê
trôi nổi, lênh đênh
chưa học tới đâu đã tới thời binh biến
khi hết mùa chinh chiến
lại bật gốc xa quê
nay, cuối mắt chân chim
trên đầu sương điểm
bỗng quay quắt nhớ về
ôi nguồn cội
ôi tuổi thơ tôi
lòng rưng rưng luyến tiếc

tuổi thơ tôi là những cánh đồng xanh biêng biếc
ruộng lúa non sóng sánh gió thu vờn
tuổi thơ tôi là những buổi hoàng hôn
chờ đón mẹ ở chợ huyện về mang theo kẹo bánh
tuổi thơ tôi là những rừng đèn hoa sen lấp lánh
trôi trên dòng sông những Mùa Phật Đản trong đời

tuổi thơ tôi là những sáng sương rơi
trên tóc mẹ
trên vai tôi
trên đường đến lớp
tôi bám chân xuống con đường làng trơn trợt
dẫn đến trường qua mấy nhịp cầu tre

tuổi thơ tôi là những trưa hè
theo lũ bạn bơi qua sông rộng
gió thổi qua bờ xe nước nghe lồng lộng
và những tiếng reo vui
khi lượm được trứng vịt sót ven bờ

tuổi thơ tôi nhẹ êm như dòng Sông Vệ lững lờ
mùa xuân chín theo cha bơi thuyền về Mỹ Khê chạp giỗ
tôi hay giật mình... nghĩ mình thiệt ngộ
mới mấy tuổi đầu đã vai chú, vai anh

tuổi thơ tôi là những đêm gió mát trăng thanh
theo người lớn
mang chiếu trải trên bờ cát ven sông nằm ngủ
tuổi thơ tôi thanh bình thừa đủ
để nghe tiếng hát câu hò giã gạo dưới trăng khuya
là những ân cần, phụ trợ, xẻ chia
khi mùa gặt về bên thôn vắng

tuổi thơ tôi cùng với bao mùa mưa nắng
bờ xe nước kẽo kẹt ru từng giấc ngủ say nồng
tiếng gọi đò từ dưới bến sông
nghe âm hưởng thân thương
cho tôi một trời kỷ niệm
đã đi qua gần hết một cuộc đời phù phiếm
mới quay lại nhìn
mà như đã trăm năm.

Rồi Như Lá Thu Rơi

Ngồi gõ nhịp thời gian qua vội
Thấy cuộc đời ngắn ngủi, mong manh
Mới đây lá hãy còn xanh
Mà nay vàng úa trên cành... đong đưa

Nắng rát bỏng, gió mưa bất chợt
Lá trên cây thưa thớt từng ngày
Có ai biết được ngày mai
Lá nào sẽ rụng, sẽ phai theo mùa

Lá xào xạc gió lùa trước ngõ
Lời chia ly nỗi nhớ niềm thương
Mai này bốn hướng tám phương
Có ai còn biết cội nguồn từ đâu

Ngồi gõ nhịp nỗi sầu vươn dậy
Soi lòng mình sao thấy hư hao
Một đời lận đận lao đao
Rồi như chiếc lá đêm nào rụng rơi

Biển Sóng Và Người Tình Xa

Tự nhiên lòng rất nhớ
Nhớ biển và nhớ người
Người thì ở tận phương trời
Lái xe về biển, nụ cười héo queo
Trong lòng nghe tiếng sóng reo
Trong tim lãng đãng... buồn hiu hắt buồn

Từ nhà đi đến biển
Hai giờ dài lái xe
Dọc đường đầy những tiếng ve
Hạ nồng cháy bỏng, lòng nghe chạnh lòng
Một đời gạn đục khơi trong
Vàng hoe chiếc lá... sắc không đã là

Đi dọc theo bờ cát
Khi bóng chiều dần phai
Ráng hồng rực rỡ chân mây
Rì rào sóng vỗ nhớ ai ngập lòng
Biết còn dịp gặp lại không
Dẫu cùng quanh quẩn chung vòng trầm luân

Nhúng chân vào biển mặn
Mát từng giọt mồ hôi
Bỗng dưng trong dạ bồi hồi
Nhớ-người-nhớ-cả-mắt-môi-nụ-cười
Nhớ một lần cùng dạo chơi
Bên bờ biển vắng khi trời chớm thu

Rưng rưng cùng kỷ niệm
Dường như xa thật xa
Chìm sâu trong buổi chiều tà
Trên từng vạt sóng đêm pha bạc đầu
Bóng ngày khép cửa từ lâu
Vẫy chào biển sóng quay đầu về non (*)

(*) Kingwood
Giữa Tháng 7/2020

Gọi Nhớ

Đôi tình nhân tay trong tay bước xuống
Miệng tươi cười cùng ánh mắt long lanh
Chiếc xe bus vội vàng rời bến đỗ
Để lại sau lưng vệt khói mong manh

Tôi đứng bên lề ngó theo xao xuyến
Ước cùng em xuống bến đậu cuộc đời
Cây hạnh phúc sẽ nảy mầm miên viễn
Khúc nhạc tình êm dòng chảy em ơi

Từ gặp em trái tim tôi rung động
Như thoạt nhìn đóa quỳnh nở trong đêm
Rất kiêu sa, mùi hương bay vào mộng
Rất thanh tao thơm giấc ngủ êm đềm

Nghe tiếng gọi trong mơ hồ dừng lại
Cơn gió lùa, bàn tay vẫy xa xăm
Như có đôi mắt nhìn tôi ái ngại
Nhớ nhung theo từng chân bước âm thầm

Tiếng chim lẻ giữa từng không réo gọi
Trên đầu cành hai chú sóc đùa vui
Tôi nhớ em chín nỗi buồn vời vợi
Khi tháng ngày cũng rượt đuổi qua mau

Người Đã Về Nơi Ấy

Người đã về nơi ấy
Có an vui, bình yên
Có vơi đi những muộn phiền
Khi nghe nhạc khúc của thiên thai buồn
Khi chiều u uẩn mưa tuôn
Tiếng con nhạn lẻ canh trường kêu vang

Người đã về nơi ấy
Có vui ngày xuân sang
Có quên được những trái ngang
Rụng trên lối nhỏ, rớt tràn trong tim
Có còn thao thức về đêm
Có còn xao xuyến bên thềm trăng soi

Người đã về nơi ấy
Có còn nhớ đến tôi
Cầm tay lưu luyến không rời
Bước từng bước nhỏ, nụ cười héo hon
Tiễn nhau nhạt thếch màu son
Bóng chim đã khuất, lá còn lung lay

Người đã về nơi ấy
Riêng còn tôi đêm nay
Bầu khô chén cạn lăn quay
Và tôi nửa tỉnh nửa say nhớ người
Trăng sao vời vợi sáng ngời
Soi đêm lạnh lẽo, soi tôi ngậm ngùi

Người đã về nơi ấy
Mang theo cả niềm vui
Của tôi và chỉ riêng tôi
Nụ cười, hình bóng, mắt môi, ân tình
Bao giờ mình lại gặp mình
Cho cây nảy lộc, cho cành đơm hoa

Người đã về nơi ấy
Tôi viết bài tình ca
Vô tình ngày tháng đi qua
Chân chim cuối mắt, sương pha trắng đầu
Còn đây một khối tình sầu
Trong đêm hoang lạnh bên lầu thông reo

Thánng 5/2015

Nhớ Một Phương Trời

Đêm ngủ mơ đi trên bờ cát
Sóng vỗ mênh mang
Nhớ đến một người
Nhớ bờ môi ngoan rộn rã tiếng cười
Chạy trong nước
Đùa vui trong nắng

Tiếng cười hồn nhiên
Xôn xao tiếng sóng
Dội vào hồn tôi như sóng vỗ bờ
Để đêm về thành mộng thành mơ
Cho tôi sống lại quãng đời xuân thắm

Không gian bao la, đường đi vạn dặm
Mỗi phương trời một nỗi nhớ riêng mang
Có ai buồn nhặt hết được trái ngang
Để tôi đánh thức con tim vui trở lại

Muốn gọi thăm, tay cầm phone ngần ngại
Rồi thở dài cho nỗi nhớ thăng hoa
Biết rồi đây, sau tháng lại ngày qua
Còn được gặp nhau sau thời Cô-Vít **(*)**

"Gặp lại nhau?" Một tương lai mờ mịt
Nghĩ thế thôi... như muối xát trong lòng
Biết ai có còn nhớ nghĩ đến mình không
Sợ "xa mặt cách lòng"
...và tình yêu đã là dĩ vãng!

Giữa Tháng 6/2020
(*) **Covid19:**

40 Năm Kỷ Niệm

Ngày hôm nay
23 tháng 12 bốn mươi năm về trước
anh với em đã trao nhau lời hôn ước
nguyện sống bên nhau đến trọn kiếp nầy
tổ chức cưới xin
anh trên cương vị một ông thầy
và tiệc cưới làm ở phòng hội nhà thờ
do cha mẹ học trò lo phần ẩm thực
còn lũ học trò và cậu út nhận lãnh phần âm nhạc
vừa hát vừa đàn. Vui thật là vui

hai đứa em trai duy nhất ở Houston
về đại diện đàng sui
ba người chị bên đàng gia ở Alameda, Cali
cùng với bà dì bay về từ Texas
cha mẹ hai bên còn ở bên kia bờ đại dương xa lắc
có hay biết gì đâu, việc hỷ sự của hai nhà

bốn mươi năm trôi qua
anh với em mình chung vai chặt chẽ
anh với em cùng vượt qua bao thăng trầm, dâu bể
với ba đứa con nay đã trưởng thành
dù bây giờ tóc chúng mình đều chẳng còn xanh
nhưng tình yêu vẫn thắm tươi như máu trong tim
từng phút, từng giây chạy quanh nuôi cơ thể

đã hết rồi những nỗi thăng trầm dâu bể
mình sống an vui trong tuổi xế chiều
hạnh phúc bên nhau cho đến cuối đời
để trọn vẹn kiếp này như mình đã hứa
nếu còn có kiếp sau
anh sẽ cố tìm em lần nữa
em chịu không
ngoéo tay nhé
tuyệt vời!

23/12/2018

Thôi Thế Cũng Đành

Được tin nhắn em sẽ đi vài bữa
Nhưng biệt tăm cho mãi tới hôm nay
Cả tháng dài, đợi từng phút từng giây
Mà tăm nhạn vẫn mịt mờ giăng mắc

Đợi tin nhạn từ gió mùa đông bắc
Rồi xuân sang nhìn hoa bướm vờn nhau
Ngày nối tiếp ngày thoăn thoắt qua mau
Lòng khắc khoải, bâng khuâng, cùng hoài vọng

Trời u ám giữa mùa xanh xuân mộng
Nhận được tin em bỏ bến quay đò
Lời tạ từ đơn giản một lý do
'Tim đã cạn những dòng châu ngọc cũ'

Tôi những tưởng tình yêu tôi thừa đủ
Dư nồng nàn, luôn độ lượng, thủy chung
Tôi đối với em ngoài cả đợi mong
Để hy vọng không xảy ra tình huống

Em trở gót... ôi cuộc tình oan uổng
Như một nhát dao đâm thấu tim gan
Như tuyết bỗng rơi giữa buổi xuân sang
Cho hoa cỏ và lòng tôi héo úa

Thôi đành vậy, tình mình không còn nữa
Chúc em vui với duyên mới bên người
Đừng bao giờ tỏ thương hại cho tôi
Đừng cạn nghĩ sẽ có lần trở lại

Cửa đã đóng, cổng vườn tôi khóa trái
Tôi riêng tôi với nỗi nhớ niềm đau
Sẽ xô nghiêng kỷ niệm thuở ban đầu
Sẽ bó chặt những xướt bầm tỳ vết.

Chiều Nghiêng Trong Nỗi Nhớ

Con dốc nhỏ hôm nay như bỗng lạ
Đứng mơ màng trong nắng nhạt chiều nghiêng
Cảnh vật đắm chìm trong nỗi niềm riêng
Và hoa lá cơ hồ im phăng phắc

Chiều vội vã gọi sương về giăng mắc
Đêm vô tư thấp thoáng nửa vầng trăng
Gió ngây tình lơ đãng ngắm mùa xuân
Vài tiếng dế lẻ loi lời tình tự

Nỗi trống vắng ngập hồn người lữ thứ
Vàng son xưa thức dậy hát xôn xao
Chuyện năm xưa như mới xảy hôm nào
Nhớ môi mắt đã một thời say đắm

Nhớ mái tóc ôm bờ vai đằm thắm
Đã bao lần từng quấn chặt buồng tim
Nhớ đôi bàn tay tháp bút dịu mềm
Run run ấm trong lòng tay... rất tội

Trăng mờ đục, sương giăng tràn khắp lối
Tiếng côn trùng kêu rả rích gần xa
Từng giọt buồn lạc điệu giữa bao la
Đêm xuống thấp lòng càng thêm trống vắng

Quay trở lại những ngày mưa, tháng nắng
Từng mảnh đời in đậm nét sau lưng
Có ai buồn giấu giọt lệ rưng rưng
Khi nghiêng nón vẫy tay chào vội vã

Chiều nay có một người trên xứ lạ
Hắt hiu buồn theo vạt nắng chiều phai
Nợ áo cơm nặng trĩu gánh oằn vai
Vọng cố quốc... tiếng thở dài não nuột!

Quê hương ơi có bao giờ quên được
Dẫu muôn trùng, dẫu núi chắn mây che
Một ngày không xa người sẽ quay về
Khi giặc chết theo thiên đường ảo vọng

19042006

Thoang Thoảng Hương Xuân

Ngày tháng như thoi đưa
Người cũng già nhanh chóng
Như giọt sương vừa đọng
Trên đầu cành sáng nay
45 năm, mười sáu vạn ngày
Chuyện không thể nay đã là có thể
Chuyện có thể cho một thời dâu bể
Dẫu đã qua... Quay cổ lại bàng hoàng
Cùng với đất trời chào đón xuân sang
Mùa thay đổi chỉ thêm nhiều nuối tiếc
Nhìn rừng thông bạt ngàn, xanh biêng biếc
Nhìn lại mình... mùa Thu chín, vàng tay

Hỏi em tôi có hay
Mùa xuân về rồi đó
Cúc rực vàng trước ngõ
Em vẫn biền biệt xa
Còn tôi như cội mai già
Đón xuân cũng rán nở hoa cùng mùa
Dẫu còn tiếc nhớ hương xưa
Nhưng thôi đành cũng... cho vừa lòng em
Muốn hay không xuân đã tới bên thềm
Thêm mùa nữa còn được bao mùa nữa
Cứ phó mặc cho đồng tiền sấp ngửa
Xuân trên rừng... chờ trời đất đơm hoa

21 tháng 1, 2020

Mọi thư từ, liên lạc:

Yên Sơn
3502 Echo Mountain Dr.
Kingwood, TX 77345
713 240-6088
yenson68@gmail.com

www.ingramcontent.com/pod-product-compliance
Lightning Source LLC
Chambersburg PA
CBHW052100280426
43673CB00070B/26